ക്രിസ്തുവിന്റെ ഗിരിപ്രഭാഷണം

christhuvinte giri prabhashanam

•

dr. t mathew philip

•

first edition
september2018

•

published & typesetting
chintha publishers, thiruvananthapuram

•

cover
midas

•

cover painting
carl block

വിതരണം

ദേശാഭിമാനി ബുക്ക് ഹൗസ്

H O തിരുവനന്തപുരം-695 035
phone: 0471-2303026, 6063026
www.chinthapublishers.com
chinthapublishers@gmail.com

ബ്രാഞ്ചുകൾ

ഹെഡ്ഡാഫീസ് ബ്രാഞ്ച് കുന്നുകുഴി • സ്റ്റാച്യു തിരുവനന്തപുരം • കെ എസ് ആർ ടി സി ബസ് സ്റ്റേഷൻ ആലപ്പുഴ • കെ എസ് ആർ ടി സി ബസ് സ്റ്റേഷൻ എറണാകുളം • മച്ചിങ്ങൽ ലെയ്ൻ തൃശൂർ • ഐ ജി റോഡ് കോഴിക്കോട് • മാവൂർ റോഡ് കോഴിക്കോട് • എൻ ജി ഒ യൂണിയൻ ബിൽഡിങ് കണ്ണൂർ • സെൻട്രൽ ബസ് ടെർമിനൽ കോംപ്ലക്സ് താവക്കര കണ്ണൂർ

CO - 2681 / 4701
ISBN - 978-93-87842-63-2

ക്രിസ്തുവിന്റെ ഗിരിപ്രഭാഷണം
ഒരു പഠനം

ഡോ. ടി മാത്യു ഫിലിപ്പ്

ചിന്ത പബ്ലിഷേഴ്സ്
തിരുവനന്തപുരം-695 035

ഡോ. ടി മാത്യു ഫിലിപ്പ്

1959 നവംബർ 13 ന് പത്തനംതിട്ട ജില്ലയിൽ തിരുവല്ലായിൽ ജനനം. പിതാവ് ടി എം ഫിലിപ്പ് (റിട്ട. അഡീഷണൽ സെക്രട്ടറി), മാതാവ് തങ്കമ്മ വർക്കി (റിട്ട. ഹെഡ്മിസ്ട്രസ്). തിരുവനന്തപുരം നാലാഞ്ചിറ എൽ പി എസ്, പട്ടം സെന്റ് മേരീസ് ഹൈസ്കൂൾ, മാർ ഇവാനിയോസ് കോളേജ്, ആലുവ യൂണിയൻ ക്രിസ്റ്റ്യൻ കോളേജ് എന്നിവിടങ്ങളിൽ വിദ്യാഭ്യാസം. കേരളസർവ്വകലാശാലയിൽനിന്ന് ഊർജ്ജതന്ത്രത്തിൽ ബിരുദവും ബിരുദാനന്തര ബിരുദവും. മധുര കാമരാജ് യൂണിവേഴ്സിറ്റിയിൽനിന്ന് ഗാന്ധിയൻ പഠനത്തിൽ ബിരുദാനന്തര ബിരുദം. കോട്ടയം മഹാത്മാ ഗാന്ധി സർവ്വകലാശാലയിൽനിന്നും ഗാന്ധിയൻ പഠനത്തിൽ പി എച്ച് ഡി, പബ്ലിക് റിലേഷൻസിലും, ജേർണലിസത്തിലും പോസ്റ്റ് ഗ്രാഡുവേറ്റ് ഡിപ്ലോമ.

സംസ്ഥാന സഹകരണ വകുപ്പിന്റെ ഔദ്യോഗിക പ്രസിദ്ധീകരണമായ *സഹകരണ വീഥി*യുടെ എഡിറ്റർ, പ്രസ് റിലേഷൻസ് ഓഫീസർ എന്നീ നിലകളിൽ പ്രവർത്തിച്ചു. 2015 ൽ സഹകരണവകുപ്പ് ജോയിന്റ് ഡയറക്ടറായി വിരമിച്ചു. ഗാന്ധിയൻ നിർമ്മാണ പ്രവർത്തന രംഗത്ത് ദീർഘകാലമായി പ്രവർത്തിച്ചു വരുന്നു. ഇപ്പോൾ ഗാന്ധിസെന്റർ ഫോർ റൂറൽ ഡെവലപ്മെന്റ് (ജി സി ആർ ഡി) ചെയർമാനായി പ്രവർത്തിക്കുന്നു. ആദ്യ പുസ്തകം *ആഗോളീകരണവും ബദൽ സമൂഹവും* (2014).

ഭാര്യ : സൂസൻ മാത്യു (അദ്ധ്യാപിക, സെന്റ് തോമസ് റസിഡൻഷ്യൽ സ്കൂൾ, തിരുവനന്തപുരം)

മക്കൾ : വിനീത്, ചിന്നു, സംഗീത്

വിലാസം : തറമച്ചേരിൽ ബഥേൽ
ഹിൽ ഗാർഡൻസ് ലെയിൻ, ഈസ്റ്റ് പട്ടം
തിരുവനന്തപുരം - 695004

ഉള്ളടക്കം

ക്രിസ്തുദർശനത്തിലേക്ക് എന്നെ കൈപിടിച്ച്
നടത്തിയ മാതാപിതാക്കൾക്കും
സ്വപ്നം കാണാൻപോലും
കഴിയാത്തവിധം സമൂഹത്തിൽ
പാർശ്വവല്ക്കരിക്കപ്പെട്ട ജനങ്ങൾക്കും
അവർക്ക് വേണ്ടി ജീവിതം സമർപ്പിച്ച
അറിയുന്നവരും അറിയപ്പെടാത്തവരുമായ
പ്രിയപ്പെട്ടവർക്കും.

പ്രസാധകക്കുറിപ്പ്

ക്രിസ്തുദർശനത്തിന്റെ സാരാംശം ഉള്ളടങ്ങിയിരിക്കുന്നത് അദ്ദേഹത്തിന്റെ ഗിരിപ്രഭാഷണങ്ങളിലാണ്. യേശുവിന്റെ പരസ്യ പ്രവർത്തനങ്ങളുടെ പ്രാരംഭഘട്ടത്തിൽ നടത്തിയ ഈ പ്രഭാഷണങ്ങൾ പുതിയ നിയമത്തിലെ മത്തായി എഴുതിയ സുവിശേഷത്തിലെ 5, 6, 7 അദ്ധ്യായങ്ങളിൽ വായിക്കാം. മഹാത്മാഗാന്ധി, ടോൾസ്റ്റോയി, മാർട്ടിൻ ലൂഥർ കിങ് മുതലായ അനേകം വിശിഷ്ട വ്യക്തികളെ ഗിരിപ്രഭാഷണം ആഴത്തിൽ സ്വാധീനിച്ചിട്ടുണ്ട്. അധികാരത്തോടെ യേശു നടത്തിയ ഗിരിപ്രഭാഷണം ഉച്ചനീചത്വങ്ങളില്ലാത്ത, ചൂഷണമില്ലാത്ത, സ്നേഹത്തിന്റെ ഊഷ്മളതയിൽ കഴിയുന്ന ഒരു ലോകത്തിന്റെ ചിത്രമാണ് നമുക്കു നല്കുന്നത്.

മതധാർമ്മികതയുടെ ബോധമണ്ഡലത്തിൽ നിന്നുകൊണ്ട് ഗിരിപ്രഭാഷണങ്ങളുടെ പൊരുൾ വിശദീകരിക്കുകയാണ് ഡോ. ടി മാത്യു ഫിലിപ്പ് തന്റെ *ക്രിസ്തുവിന്റെ ഗിരിപ്രഭാഷണം* എന്ന ഈ ലഘുഗ്രന്ഥത്തിൽ. മതേതര ധാർമ്മികതയുടെ അടിസ്ഥാനത്തിലായാലും സമകാലിക സാമൂഹ്യ ജീവിതത്തിൽ പ്രസക്തമായ ഈ പുസ്തകം ഞങ്ങൾ വായനാലോകത്തിനു മുന്നിൽ വയ്ക്കുന്നു. സ്വീകരിച്ചാലും.

ചിന്ത പബ്ലിഷേഴ്സ്

ആമുഖം

ഗിരിപ്രഭാഷണം ക്രിസ്തുവിന്റെ ഹൃദയത്തിന്റെ അനാവരണമാണ്. ക്രിസ്തുദർശനത്തിന്റെ സാരംശവും ആണത്. ക്രിസ്തുവിന്റെ പരസ്യ ശുശ്രൂഷയുടെ പ്രാരംഭഘട്ടത്തിൽ നടത്തിയ ഈ പ്രഭാഷണം ഒരു പുതിയ സാമൂഹ്യഘടനയുടെ പ്രഖ്യാപനവും സമൂഹത്തെക്കുറിച്ചുള്ള ക്രിസ്തുവിന്റെ പ്രതീക്ഷയും ആണ്. സ്നേഹത്തിൽ അധിഷ്ഠിതമായ, അതിരുകൾ ഇല്ലാത്ത ലോകമാണ് യേശു ഇവിടെ വിഭാവനം ചെയ്യുന്നത്.

വേദപുസ്തകത്തിൽ പുതിയനിയമത്തിൽ വിശുദ്ധ മത്തായി എഴുതിയ സുവിശേഷത്തിലെ 5, 6, 7 അദ്ധ്യായങ്ങളാണ് ഗിരിപ്രഭാഷണം എന്ന് അറിയപ്പെടുന്നത്. ആകെ 107 വാക്യങ്ങൾ മാത്രം. പക്ഷേ, ഈ വാക്കുകൾ ലോകമനഃസാക്ഷിയെ ഇന്നും ചിന്തിപ്പിക്കുകയും, അസ്വസ്ഥരാക്കുകയും ചെയ്യുന്നു എന്നതാണ് വാസ്തവം. യേശു, തന്നെ അനുഗമിക്കുന്ന വലിയ പുരുഷാരത്തെ കണ്ട് ഒരു മലമേൽ കയറി ഇരുന്നശേഷം ശിഷ്യന്മാരോട് പറഞ്ഞ വാക്കുകൾ ആണിവ. ഈ പ്രഭാഷണത്തിന് രഹസ്യഭാവമില്ല. പുരുഷാരത്തിന്റെ സാന്നിദ്ധ്യത്തിൽത്തന്നെയാണ് ശിഷ്യന്മാരോട് യേശു തന്റെ ഹൃദയം തുറക്കുന്നത്. വളരെ ലളിതമായ ശൈലിയിൽ യേശു പങ്കുവെച്ച ദർശനം യേശുവിന്റെ ഉപദേശങ്ങളുടെ സമഗ്രഭാവം ഉൾക്കൊള്ളുന്നുണ്ട്. മഹാത്മാഗാന്ധി, ടോൾസ്റ്റോയി, മാർട്ടിൻ ലൂഥർ, സി എഫ് ആൻഡ്രൂസ് തുടങ്ങിയവരുൾപ്പെടെ സമൂഹത്തിന്റെ നാനാതുറയിലുമുള്ള ആളുകളെ ഗിരിപ്രഭാഷണം ആഴത്തിൽ സ്വാധീനിച്ചിട്ടുണ്ട്. ഗാന്ധിജിയുടെ വാക്കുകൾ ചുവടെ ചേർക്കുന്നു. “ഗിരിപ്രഭാഷണത്തിലെ അമൂല്യങ്ങളായ ഉപദേശങ്ങൾ എന്നെ ആഴത്തിൽ സ്പർശിക്കുകയും എന്റെ വീക്ഷണങ്ങളെ സ്വാധീനിക്കുകയും ചെയ്തു” (*യങ് ഇന്ത്യ* 6.8.1925).

"ഞാൻ മനസ്സിലാക്കിയിടത്തോളം യേശുവിന്റെ സന്ദേശം പൂർണ്ണമായും ഗിരിപ്രഭാഷണത്തിൽ അടങ്ങിയിരിക്കുന്നു."

(*യങ് ഇന്ത്യ* 8.12.1927)

> പുതിയ നിയമത്തിലേക്കും ഗിരിപ്രഭാഷണത്തിലേക്കും കടന്നതോടെ എനിക്ക് ക്രൈസ്തവോപദേശങ്ങൾ മനസ്സിലായിത്തുടങ്ങി. എന്നാൽ ഗിരിപ്രഭാഷണം ഞാൻ ബാല്യത്തിൽ അനുഭവിച്ചറിഞ്ഞ കാര്യങ്ങളെ പ്രതിദ്ധ്വനിപ്പിക്കുന്നതായി തോന്നി. അതെന്റെ ആത്മസത്തയുടെ തന്നെ ഭാഗമാണെന്നും, എനിക്ക് ചുറ്റുമുള്ള നിത്യജീവിതത്തിൽ അതിന്റെ സജീവസാന്നിദ്ധ്യമുണ്ടെന്നും എനിക്ക് തോന്നി. ഗിരിപ്രഭാഷണം എന്നുമെനിക്ക് സത്യം തന്നെയായിരിക്കും (*യങ് ഇന്ത്യ* 31.12.1931).

ഗിരിപ്രഭാഷണം എല്ലാക്കാലത്തും വളരെ ഗൗരവതരമായ ചിന്തയ്ക്ക് വിഷയീഭവിച്ചിട്ടുള്ള ദർശനമാണ്. വളരെ ലളിതമായ ഭാഷയിൽ, പരിചിതമായ ബിംബങ്ങൾ ഉപയോഗിച്ച് യേശു പറഞ്ഞ വാക്കുകൾ. പക്ഷേ, ചിന്തിക്കുന്ന വ്യക്തികൾക്ക് അസ്വസ്ഥത വർദ്ധിപ്പിക്കും എന്നതാണ് പ്രത്യേകത. ഇത് ഒരു സദാചാര നിയമാവലി അല്ല. പ്രത്യുത ഉന്നതമായ സാമൂഹ്യ പ്രതിബദ്ധത നമ്മിൽ ഉണർത്തുന്ന വിധം ശക്തമായ വാക്കുകളാണ്. നമ്മുടെ ജീവിതം എപ്രകാരമായിരിക്കണമെന്ന് ദൈവം പ്രതീക്ഷിക്കുന്നുവെന്നറിയുന്നത് നമ്മിൽ പലപ്പോഴും ശൂന്യതാബോധം നിറയ്ക്കും. അസ്വസ്ഥത വർദ്ധിപ്പിക്കുകയും ചെയ്യും. ദൈവത്തിന്റെ മുമ്പിൽ നമ്മുടെ യഥാർത്ഥ അവസ്ഥ തീവ്രമായി അനാവരണം ചെയ്യുന്നതിനു പര്യാപ്തമാണ് ഗിരിപ്രഭാഷണത്തിന്റെ ആഴത്തിലുള്ള ചിന്തകൾ. അതുകൊണ്ടാണ് നാം അസ്വസ്ഥരാകുന്നതും.

ഗിരിപ്രഭാഷണത്തിലെ ദർശനങ്ങൾ പ്രായോഗിക ജീവിതത്തിൽ പ്രയാസമാണെന്ന് ചിന്തിക്കുന്നവർ ധാരാളം ഉണ്ട്. എന്നാൽ ഈ ചിന്താഗതി തെറ്റായിട്ടുള്ളതാണ്. പ്രായോഗിക ജീവിതത്തിൽ ഈ ദർശനങ്ങൾ ഉൾക്കൊണ്ടുകൊണ്ട് ക്രിസ്തു വിഭാവനംചെയ്യുന്ന ഒരു സാമൂഹ്യഘടനയ്ക്കുവേണ്ടിയുള്ള ശക്തമായ ആഹ്വാനമാണ് ഗിരിപ്രഭാഷണം. ഇത് ക്രിസ്തുദർശനത്തിലെ ഉൽകൃഷ്ടമായ ധർമ്മനീതി തന്നെയാണ്. ഇത് സനേഹത്തിന്റെയും, നീതിയുടെയും, യഥാർത്ഥ സമാധാനത്തിന്റെയും മാർഗ്ഗമാണ്. ഇവിടെ ചൂഷണമില്ല. കരുതലും, സ്നേഹവും നിറഞ്ഞ ലോകം. നീതിയിലധിഷ്ഠിതമായി പുനഃക്രമീകരിക്കപ്പെട്ട സാമൂഹ്യ സംവിധാനം. അതോടൊപ്പം വിഭവങ്ങളുടെ പുനഃക്രമീകരണവും. ഇത് സാദ്ധ്യമാണ് എന്ന ഉറപ്പ് നമുക്ക് ആവശ്യമാണ്. ക്രിസ്തുവിന്റെ ജീവിതം ഇത് അടിവരയിട്ട് സാക്ഷ്യപ്പെടുത്തുന്നു.

ഗിരിപ്രഭാഷണത്തിന്റെ പഠനസൗകര്യത്തിനായി 4 വിഷയമായി ക്രമീകരിച്ചാണ് ഈ ഗ്രന്ഥം തയ്യാറാക്കിയിട്ടുള്ളത്. അത് ഇപ്രകാരമാണ്.

1. ഭാഗ്യവർണ്ണന അഥവാ അനുഗ്രഹവചസ്സുകൾ (വി മത്തായി 5:1-12)

ഉപ്പും, വെളിച്ചവും (വി മത്തായി 5: 13-16)

2. പുതിയ മാനവികത (വി മത്തായി 5: 17-48)
3. ദാനം, പ്രാർത്ഥന, ഉപവാസം (വി മത്തായി 6: 1-18)
4. അതിരുകൾ ഇല്ലാത്ത ലോകം (വി മത്തായി 6: 19-7:29)

അനുഗ്രഹ വചസ്സുകൾ ഗിരിപ്രഭാഷണത്തിന്റെ ആമുഖമാണ്. യേശു വിഭാവനം ചെയ്യുന്ന അതിരുകളില്ലാത്ത ലോകത്തിൽ വ്യക്തികൾക്ക് ലഭിക്കുന്ന അനുഗ്രഹങ്ങളും, പ്രസ്തുത അനുഗ്രഹങ്ങൾ ലഭിച്ചവർ സമൂഹത്തിന് നല്കേണ്ട മൂല്യങ്ങളും ആണ് ഒന്നാം ഭാഗത്ത് ചിന്തിക്കുന്നത്. ആത്മാവിൽ ദരിദ്രർ, ദു:ഖിക്കുന്നവർ, സൗമ്യതയുള്ളവർ, നീതിക്ക് വിശന്ന് ദാഹിക്കുന്നവർ, കരുണയുള്ളവർ, ഹൃദയശുദ്ധിയുള്ളവർ, സമാധാനം ഉണ്ടാക്കുന്നവർ, നീതി നിമിത്തം ഉപദ്രവിക്കപ്പെടുന്നവർ തുടങ്ങിയവർക്ക് ലഭിക്കുന്ന അനുഗ്രഹങ്ങൾ ഇവിടെ പ്രതിപാദിക്കുന്നു. ദൈവിക അനുഗ്രഹം ലഭിച്ചവർ ഭൂമിക്ക് ഉപ്പായും, ലോകത്തിന് വെളിച്ചമായും മാറേണ്ടതുണ്ട്.

പുതിയ മാനവികതയുടെ പ്രഖ്യാപനമാണ് ഗിരി പ്രഭാഷണത്തിന്റെ രണ്ടാംഭാഗം. യഥാർത്ഥ ആത്മീയതയിലേക്കുള്ള അന്വേഷണം ആണിത്. ദൈവികനിയമങ്ങളുടെ അഥവാ ന്യായപ്രമാണത്തിന്റെ ആന്തരിക അർത്ഥം കണ്ടെത്തുന്നതാണ് പ്രധാനം എന്ന് യേശു ഉപദേശിച്ചു. യേശുവിന് ഏറ്റവും പ്രധാനം ആന്തരിക ധാർമ്മികതയാണ്. പ്രായോഗിക ജീവിതത്തിൽ നീതിപൂർവ്വം ജീവിക്കേണ്ടതിന്റെ പ്രാധാന്യം യേശു വിശദീകരിക്കുന്നു. സഹോദരനോടുള്ള ബന്ധം, സ്ത്രീ പുരുഷബന്ധം, പാപത്തിനെതിരെയുള്ള പോരാട്ടം, ഉച്ചരിക്കുന്ന വാക്കുകൾ, സത്യത്തോട് ഉണ്ടായിരിക്കേണ്ട പ്രതിബദ്ധത തുടങ്ങിയവയെക്കുറിച്ച് ആഴത്തിലുള്ള ദർശനം യേശു നല്കി.

ഗിരിപ്രഭാഷണത്തിന്റെ രണ്ടാംഭാഗത്തിന് ചരിത്രപരമായ പ്രാധാന്യം വളരെയുണ്ട്. പ്രശ്നപരിഹാരത്തിന് അഹിംസയുടെ അഥവാ സ്നേഹത്തിന്റെ മാസ്മരശക്തി യേശു വ്യക്തമാക്കുന്നത് ഈ ഭാഗത്താണ്. ഗാന്ധിജിയുടെ വാക്കുകൾ ഇവിടെ ശ്രദ്ധേയമാണ്.

> എന്നാൽ പുതിയനിയമം എനിക്ക് സമ്മാനിച്ചത് വ്യത്യസ്തമായൊരു നവ്യാനുഭൂതിയായിരുന്നു. പ്രത്യേകിച്ച് ഗിരിപ്രഭാഷണം എന്റെ ഹൃദയത്തെ ഏറെ സ്വാധീനിച്ചു. ഞാൻ നിങ്ങളോട് പറയുന്നു; ദുഷ്ടനോട് ചെറുത്ത് നില്ക്കരുത്. നിന്റെ വലത്തു കരണത്ത് അടിക്കുന്നവന് മറുകരണവുംകൂടി കാണിച്ചു കൊടുക്കുക. നിന്നോട് വ്യവഹരിച്ച് നിന്റെ അങ്കി നേടാൻ ശ്രമിക്കുന്നവന് നിന്റെ മേലങ്കി കൂടി നല്കുക.

(*എന്റെ സത്യാന്വേഷണ പരീക്ഷണകഥ.* പുറം 68)

പുതിയനിയമം നല്കലല്ല, മോശയുടെ പഴയനിയമത്തെ പൂർത്തി യാക്കലാണ് തന്റെ ലക്ഷ്യമെന്ന് യേശു പറഞ്ഞിരുന്നുവെങ്കിലും ആകെ വായിച്ചു കഴിഞ്ഞപ്പോൾ യേശു മിക്കവാറും ഒരു പുതിയനിയമം നല്കാൻ വേണ്ടിയാണ് അവതരിച്ചിരിക്കുന്നത് എന്നാണെനിക്ക് തോന്നിയത്. ആ സന്ദേശം പ്രതികാരം ചെയ്യലോ തിന്മയെ ചെറുക്കാതിരിക്കലോ അല്ല. അതുകൊണ്ട് അതൊരു പുതിയ നിയമം ആയി. കണ്ണിന് കണ്ണ്, പല്ലിന് പല്ല് എന്നല്ല, ഒരടികിട്ടിയാൽ രണ്ടെണ്ണം കൊള്ളാൻ തയ്യാറാകുക. ഒരു നാഴിക പോകാൻ പറഞ്ഞാൽ രണ്ട് നാഴിക പോകുക.

(*ഞാനറിയുന്ന ക്രിസ്തു*- മഹാത്മാഗാന്ധി)

യേശുവിന്റെ അഹിംസാത്മക ചെറുത്തുനില്പിന്റെ മാർഗ്ഗം അധി കാര കേന്ദ്രങ്ങളോടുള്ള പരമ്പരാഗത സമീപനത്തിൽനിന്നും വ്യത്യസ്ത മായിരുന്നു. ചെകിട്ടത്ത് അടിക്കുന്നവനോടും, വസ്ത്രം എടുക്കാൻ ഇച്ഛി ക്കുന്നവനോടും യേശു നിർദ്ദേശിച്ച അഹിംസാത്മക പ്രതികരണ രീതി അധികാരകേന്ദ്രങ്ങളോടുള്ള ശക്തമായ പുതിയ പ്രതികരണ രീതി തന്നെയാണ്. ഇവിടെ പീഡ അനുഭവിക്കുന്നവർ അധികാര കേന്ദ്രത്തിൻ മേൽ വാസ്തവത്തിൽ മേല്ക്കോയ്മ നേടുകയാണ്. സ്നേഹത്തിന്റെ രൂപാന്തരപ്പെടുന്ന ചലനാത്മകശക്തിയെക്കുറിച്ചും യേശു ഇവിടെ ശക്തമായ ദർശനം നല്കുന്നു.

ഗിരിപ്രഭാഷണത്തിന്റെ മൂന്നാം ഭാഗം ബന്ധങ്ങളിൽ സൂക്ഷിക്കേണ്ട സുതാര്യതയും നൈർമ്മല്യവും ഊഷ്മളതയും തീവ്രമായ സ്നേഹവും വ്യക്തമാക്കുന്നു. അതോടൊപ്പം ആഴമേറിയ ആത്മീയദർശനങ്ങളും നല്കുന്നു. ഏറ്റവും അധികം ശ്രദ്ധിക്കപ്പെട്ടിട്ടുള്ള കർത്താവിന്റെ പ്രാർ ത്ഥന ഇടം കാണുന്നതും ഈ ഭാഗത്താണ്. ആദ്ധ്യാത്മിക ജീവിതത്തിൽ സൂക്ഷിക്കേണ്ട സത്യസന്ധത യേശു ഇവിടെ വരച്ചു കാട്ടുന്നു. ദൈവ സന്നിധിയിൽ അനുവർത്തിക്കേണ്ട ധാർമ്മിക പ്രതിബദ്ധതയുടെ ശക്ത മായ ആവിഷ്കാരമായി ഈ ഭാഗത്തെ ചിന്തിക്കാവുന്നതാണ്. എല്ലാ കാര്യത്തിലും പ്രചരണമൂല്യം തേടുന്ന ആഗോളീകരണ കാലഘട്ടത്തിൽ ഈ ദർശനങ്ങൾക്ക് വളരെ പ്രാധാന്യം ഉണ്ട്. കാപട്യത്തിന്റെ മുഖംമൂടി എന്ന കെണിയിൽ വീഴരുതെന്ന ശക്തമായ താക്കീത് നല്കുന്ന മാർഗ്ഗദർശനം വളരെ പ്രസക്തമാണ്.

യേശുവിന്റെ മനസ്സിനിണങ്ങിയ സമൂഹസൃഷ്ടിയാണ് ഗിരിപ്രഭാഷ ണത്തിന്റെ അവസാനഭാഗം. യേശു വിഭാവനം ചെയ്യുന്ന സമൂഹം ദൈവരാജ്യ മൂല്യങ്ങളിൽ അടിസ്ഥാനപ്പെട്ടതാണ്. അത് അതിരുകൾ ഇല്ലാത്ത ലോകമാണ്. സ്നേഹം മാത്രമാണ് അടിസ്ഥാന വികാരം. സഹ ജീവികളെ കരുതുന്ന വ്യക്തികളും, തന്റെ മക്കളെ കരുതുന്ന ദൈവവും. ആകുലതകൾ ഇല്ലാതെ ജീവിക്കുന്നതിനുള്ള ആഹ്വാനം. അതിനുള്ള മാർഗ്ഗവും യേശു നിർദ്ദേശിച്ചു. അത് മുമ്പേ ദൈവത്തിന്റെ രാജ്യവും നീതിയും അന്വേഷിക്കുക എന്നതാണ്. ആരേയും വിധിക്കരുത് എന്ന്

പ്രബോധിപ്പിച്ച യേശു സമൂഹത്തിൽ അനുവർത്തിക്കേണ്ട സുവർണ്ണ നിയമം പ്രഖ്യാപിച്ചു. അത് മനുഷ്യർ നിങ്ങൾക്ക് ചെയ്യണമെന്ന് നിങ്ങൾ ഇച്ഛിക്കുന്നതൊക്കെയും നിങ്ങൾ അവർക്കും ചെയ്വിൻ എന്നുള്ളതാണ്. യേശുവിന്റെ വചനങ്ങളെ കേട്ട് അനുസരിക്കുന്ന പാറമേൽ വീടുപണിത ബുദ്ധിയുള്ള മനുഷ്യനാകുവാനുള്ള യേശുവിന്റെ ആഹ്വാനത്തോടെയാണ് പ്രഭാഷണം അവസാനിക്കുന്നത്. അധികാരത്തോടെ യേശു നടത്തിയ ഗിരിപ്രഭാഷണം ഉച്ചനീചത്വങ്ങൾ ഇല്ലാത്ത, ചൂഷണമില്ലാത്ത, സ്നേഹത്തിന്റെ ഊഷ്മളതയിൽ കഴിയുന്ന ഒരു ലോകത്തിന്റെ ചിത്രമാണ് നമുക്ക് നല്കുന്നത്. മറ്റൊരർത്ഥത്തിൽ ഏദൻ തോട്ടത്തിലെ ആദ്യനാളുകൾ. ഈ നഷ്ടപറുദീസയുടെ വീണ്ടെടുപ്പ് ഒരു യാഥാർത്ഥ്യമാണ്. ഗിരിപ്രഭാഷണം നല്കുന്ന സന്ദേശവും, പ്രതീക്ഷയും അതുതന്നെയാണ്.

ഡോ. ടി മാത്യു ഫിലിപ്പ്

ഭാഗ്യവർണ്ണന അഥവാ അനുഗ്രഹവചസ്സുകൾ

യേശുവിന്റെ ഗിരിപ്രഭാഷണം ആരംഭിക്കുന്നത് ഭാഗ്യവർണ്ണന യോടെയാണ്. ഭാഗ്യവർണ്ണന എന്ന വാക്കിനേക്കാൾ അനുയോജ്യം അനുഗ്രഹവചസ്സുകൾ എന്നതാണ്. ദൈവം നല്കുന്ന അനുഗ്രഹാ വസ്ഥയെന്ന് അതേപ്പറ്റി ചിന്തിക്കാം. പാലസ്തീനിലെ ഒരു മലമുകളിൽ വെച്ച് മാനവരാശിയുടെ രക്ഷയ്ക്കായി ഉപദേശിച്ച ക്രിസ്തു പ്രഖ്യാപിച്ച ഭാഗ്യാവസ്ഥ ഭൗതികമായ അർത്ഥത്തിലല്ല ദർശിക്കേണ്ടത്. അത് പൂർ ണ്ണമായും ലക്ഷ്യബന്ധിതമാണ്. മറ്റൊരർത്ഥത്തിൽ ഒരു ലക്ഷ്യത്തിൽ എത്തിച്ചേരുന്നതിനുള്ള ആഹ്വാനം.

ബൈബിളിലെ പുതിയ നിയമത്തിൽ വിശുദ്ധ മത്തായി എഴുതിയ സുവിശേഷഗ്രന്ഥത്തിലെ 5-ാം അദ്ധ്യായത്തിലെ ആദ്യഭാഗത്താണ് അനുഗ്രഹവചസ്സുകൾ രേഖപ്പെടുത്തിയിട്ടുള്ളത് (വിശുദ്ധ മത്തായി 5-ാം അദ്ധ്യായം 1 മുതൽ 12 വരെയുള്ള വാക്യങ്ങൾ).

യേശുവിന്റെ അനുഗ്രഹവചസ്സുകൾ (ഭാഗ്യമൊഴികൾ) സാമാന്യ മനുഷ്യബുദ്ധിക്ക് വിചിത്രമായി തോന്നാം. കാരണം മനുഷ്യന്റെ പൊതു ചിന്തകൾക്ക് ഉൾക്കൊള്ളാൻ പ്രയാസമാണ് അവ. മൂല്യങ്ങളെക്കുറിച്ചുള്ള ധാരണകൾ ഇവിടെ തകിടംമറിയുകയാണ്. അനുഗ്രഹവചസ്സുകളിലൂടെ ദൈവം മാനവരാശിയെക്കുറിച്ചുള്ള പ്രതീക്ഷ പ്രഖ്യാപിക്കുകയാണ്. തീർച്ചയായും അനുഗ്രഹിക്കപ്പെട്ട അവസ്ഥ ദൈവപ്രീതി ലഭിക്കുന്ന അവസ്ഥയാണല്ലോ. ദൈവം നമ്മിൽ സന്തോഷിക്കുന്ന അവസ്ഥയാ ണിത്.

അനുഗ്രഹവചസ്സുകൾ ചുവടെ ചേർക്കുന്നു

ആത്മാവിൽ ദരിദ്രരായവർ ഭാഗ്യവാന്മാർ; സ്വർഗ്ഗരാജ്യം അവർ ക്കുള്ളത്.

ദു:ഖിക്കുന്നവർ ഭാഗ്യവാന്മാർ; അവർക്ക് ആശ്വാസം ലഭിക്കും .

സൗമ്യതയുള്ളവർ ഭാഗ്യവാന്മാർ അവർ ഭൂമിയെ അവകാശമാക്കും.

നീതിക്ക് വിശന്ന് ദാഹിക്കുന്നവർ ഭാഗ്യവാന്മാർ അവർക്ക് തൃപ്തിവരും.

കരുണയുള്ളവർ ഭാഗ്യവാന്മാർ; അവർക്ക് കരുണ ലഭിക്കും.

ഹൃദയശുദ്ധിയുള്ളവർ ഭാഗ്യവാന്മാർ; അവർ ദൈവത്തെ കാണും.

സമാധാനം ഉണ്ടാക്കുന്നവർ ഭാഗ്യവാന്മാർ; അവർ ദൈവത്തിന്റെ പുത്രന്മാരെന്ന് വിളിക്കപ്പെടും.

നീതി നിമിത്തം ഉപദ്രവിക്കപ്പെടുന്നവർ ഭാഗ്യവാന്മാർ; സ്വർഗ്ഗരാജ്യം അവർക്കുള്ളത്.

എന്റെ നിമിത്തം (ക്രിസ്തു) നിങ്ങളെ പഴിക്കുകയും ഉപദ്രവിക്കുകയും നിങ്ങളെക്കൊണ്ട് എല്ലാ തിന്മയും കളവായി പറയുകയും ചെയ്യുമ്പോൾ നിങ്ങൾ ഭാഗ്യവാന്മാർ; സ്വർഗ്ഗത്തിൽ നിങ്ങളുടെ പ്രതിഫലം വലുതാകകൊണ്ട്. സന്തോഷിച്ചുല്ലസിപ്പിൻ. നിങ്ങൾക്ക് മുമ്പേയുണ്ടായിരുന്ന പ്രവാചകന്മാരെയും അവർ അങ്ങനെതന്നെ ഉപദ്രവിച്ചുവല്ലോ.

(വിശുദ്ധ മത്തായി 5: 1–12)

ദൈവരാജ്യ വാഗ്ദാനം

ആത്മാവിൽ ദരിദ്രരായവർ ഭാഗ്യവാന്മാർ; സ്വർഗ്ഗരാജ്യം അവർക്കുള്ളത്.

(വിശുദ്ധമത്തായി 5:3)

ദൈവരാജ്യം ഒരു ത്രികാല സങ്കല്പം ആണ്. അത് ദൈവത്തിന്റെ പൂർണ്ണ ആധിപത്യമുള്ള സമൂഹത്തെ വിഭാവനം ചെയ്യുന്നു. ദൈവത്തിന്റെ കർതൃത്ത്വം അംഗീകരിക്കുന്ന രാജ്യം. നീതിയുടെയും, സമത്വത്തിന്റെയും ലോകമാണത്. ക്രിസ്തുവിന്റെ പഠിപ്പിക്കലിന്റെ കേന്ദ്രദർശനം ആണ് ദൈവരാജ്യം.

ദൈവരാജ്യം ഒരു വർത്തമാനകാല യാഥാർത്ഥ്യംകൂടി ആണെന്ന് ക്രിസ്തു പഠിപ്പിച്ചു. എന്നാൽ അതിന്റെ പൂർണ്ണതയ്ക്കായി കാത്തിരിക്കാനും ഓർമ്മിപ്പിച്ചു. അതുകൊണ്ടാണ് "അങ്ങയുടെ രാജ്യം വരേണമേ" എന്ന് പ്രാർത്ഥിക്കാൻ ക്രിസ്തു പഠിപ്പിച്ചത്. ഇവിടെ നേരിടുന്ന വെല്ലുവിളി ദൈവരാജ്യത്തിന്റെ വർത്തമാനകാല യാഥാർത്ഥ്യത്തിലാണ്. ദൈവരാജ്യം എന്നത് ദൈവത്തിന്റെ ഹിതം സ്വർഗ്ഗത്തിൽ എത്രമാത്രം ആയിരിക്കുന്നുവോ അപ്രകാരംതന്നെ ഭൂമിയിൽ സ്ഥാപിക്കപ്പെടുന്ന സമൂഹം ആണ്. ഇത് യാഥാർത്ഥ്യം ആകണമെങ്കിൽ ക്രിസ്തുവിനെ അടുത്തറിഞ്ഞേ മതിയാകൂ. ക്രിസ്തുവിന്റെ മനസ്സ് ഉൾക്കൊള്ളണം. ആത്മാവിൽ ദരിദ്രരായിട്ടുള്ളവർക്കാണ് ക്രിസ്തു ദൈവരാജ്യം വാഗ്ദാനം ചെയ്യുന്നത്. ആത്മാവിലുള്ള ദാരിദ്ര്യം ഏറ്റവും വിനീത ചിന്തയോടുകൂടി ദൈവത്തിൽ പൂർണ്ണമായി ആശ്രയിക്കുന്ന അവസ്ഥയാണ്. തങ്ങളുടെ കഴിവില്ലായ്മയെ അംഗീകരിച്ചുകൊണ്ട് ദൈവം ആഗ്രഹിക്കുന്ന തരത്തിൽ ജീവിക്കാനുള്ള കരുത്തോ, ശക്തിയോ ഇല്ലെന്ന് സമ്മതിച്ചു

കൊണ്ട് ദൈവത്തെ ആശ്രയിക്കുന്ന അവസ്ഥയാണ് ഇത്. ഇവിടെ ഊതി പെരുപ്പിക്കപ്പെട്ട സ്വത്വബോധം ഇല്ല. ആത്മികമായ ദാഹം ഉണ്ടായിരിക്കുകയും ചെയ്യും."

"ആത്മാവിൽ എന്ന വാക്കിന് ആന്തരിക കരുത്ത് എന്ന അർത്ഥം നല്കുകയാണെങ്കിൽ ആത്മാവിൽ ദരിദ്രരായവർ എന്നതിന് സാമൂഹിക പ്രസക്തി വളരെയാണ്. കഷ്ടതയും, പീഡയും നിമിത്തം ജീവിതക്ലേശങ്ങൾ നിമിത്തം അനീതി നിമിത്തം ആന്തരികമായ ഊർജ്ജം നഷ്ടപ്പെട്ട് ക്ഷീണിച്ച മനസ്സുമായി പൂർണ്ണമായി ദൈവത്തെ ആശ്രയിക്കുന്നവർക്ക് ദൈവരാജ്യ അനുഭവം ക്രിസ്തു വാഗ്ദാനം ചെയ്യുന്നതായി ദർശിക്കാനാകും."

ചുരുക്കത്തിൽ ഏറ്റവും താഴ്മയുള്ള മനസ്സുമായി ദൈവത്തെ പൂർണ്ണമായി ആശ്രയിക്കുന്നവരെ നിശ്ചയമായും ദൈവം കൈവിടുകയില്ല. വിനയാന്വിതർക്കും നീതിരഹിത സാമൂഹ്യവ്യവസ്ഥിതി മൂലം പീഡനത്തിലൂടെയും, കഷ്ടത്തിലൂടെയും കടന്നുപോകുന്നവർക്കും ആന്തരിക ശക്തി ക്ഷയിച്ച് ക്ഷീണിച്ചു പോയവർക്കും ക്രിസ്തു ദൈവരാജ്യത്തിന്റെ സന്തോഷം വാഗ്ദാനം ചെയ്യുന്നു.

ഒരർത്ഥത്തിൽ ദൈവരാജ്യ പ്രവേശനത്തിന്റെ മാനദണ്ഡം ദൈവത്തിന്റെ കൃപയാണ്. ആത്മാവിൽ ദരിദ്രരായവർക്ക് ദൈവത്തിന്റെ കൃപ ലഭിക്കും. ഇത് ഒരു മർമ്മം ആണ്. അതുകൊണ്ട് ദൈവരാജ്യം ഒരു വർത്തമാനകാല യാഥാർത്ഥ്യമായി അംഗീകരിക്കുന്നവർക്ക് നീതിയും, സമാധാനവും, ക്രിസ്തുവിലുള്ള സന്തോഷവും അനുഭവിക്കുന്ന ഒരു സമൂഹത്തെക്കുറിച്ചുള്ള ദർശനവും കാഴ്ചപ്പാടും ഉണ്ടായിരിക്കേണ്ടതാണ്. ക്രിസ്തു അത് പ്രതീക്ഷിക്കുന്നുണ്ട്.

ദു:ഖവും ആശ്വാസവും

ദു:ഖിക്കുന്നവർ ഭാഗ്യവാന്മാർ; അവർക്ക് ആശ്വാസം ലഭിക്കും.
(വിശുദ്ധ മത്തായി 5:4)

ഈ വാക്കുകൾ പകരുന്ന ധൈര്യം പറഞ്ഞറിയിക്കാനാവില്ല. അത് ഹൃദയത്തിന് തണുപ്പ് നല്കുന്നതാണ്.

ജീവിതത്തിന്റെ ഏറ്റവും സ്ഥായിയായ ഭാവമാണ് ദു:ഖം. ദു:ഖിതർ ഒരു തണലിനായി, ആശ്വാസത്തിനായി തിരയുന്നത് സ്വാഭാവികം. ദു:ഖവും വേദനയും മനുഷ്യന്റെ ഗുരുവാണ്. ജീവിതം യഥാർത്ഥത്തിൽ എന്താണ് എന്ന് പഠിപ്പിക്കുന്നത് ദു:ഖാനുഭവങ്ങൾ മാത്രമാണ്. ദു:ഖാനുഭവങ്ങളെ ആ അർത്ഥത്തിൽ തിരിച്ചറിയേണ്ടതുണ്ട്. ദു:ഖത്തെ സത്യസന്ധമായി സമീപിക്കുമ്പോൾ അത് ജീവിതയാഥാർത്ഥ്യങ്ങളുടെ ആഴത്തിലേക്ക് നടത്തും. ആത്യന്തികമായി അത് ഈശ്വരസന്നിധിയിൽ എത്തിക്കുകയും ചെയ്യും. യഥാർത്ഥ സ്നേഹിതനെ കണ്ടെത്താനും സഹായിക്കും.

ദു:ഖത്തിന്റെ കാരണങ്ങൾക്ക് പ്രധാനമായും, രണ്ട് തലങ്ങൾ ഉണ്ട്-ഭൗതികവും, ആത്മീയവും. ഭൗതിക കാരണങ്ങളാലുള്ള ദു:ഖം പ്രത്യേക വിശദീകരണം കൂടാതെതന്നെ അറിവുള്ളതാണല്ലോ. എന്നാൽ ജീവിതത്തിൽ സംഭവിക്കുന്ന തെറ്റുകളെക്കുറിച്ചുള്ള ചിന്താഭാരം സൃഷ്ടിക്കുന്ന ദു:ഖം, പിന്നീടുണ്ടാകുന്ന അനുതാപം ഇവ പ്രത്യേക ശ്രദ്ധ ആവശ്യപ്പെടുന്നുണ്ട്. പാപത്തെ തിരിച്ചറിയുന്നത് തികച്ചും ദു:ഖകരമാണ്. തെറ്റുകൾ ചെയ്തുപോകുമ്പോഴുള്ള ദു:ഖഭാരം ദൈവസന്നിധിയിൽ ഇറക്കിവയ്ക്കുമ്പോൾ ലഭിക്കുന്ന ആശ്വാസം വർണ്ണനാതീതമാണ്. ക്രിസ്തു വാഗ്ദാനം ചെയ്ത പരിശുദ്ധ അരൂപിയുടെ പ്രസക്തി ഇവിടെ

യാണ്. ആശ്വാസപ്രദൻ പരിശുദ്ധ അരൂപി ആണ്.

ഒരു കാര്യം വ്യക്തമാണ്. ദു:ഖം ഭൗതികമായാലും ആത്മീയമായാലും ആശ്വാസം ദൈവസന്നിധിയിൽ മാത്രമേ ലഭിക്കൂ. ക്രിസ്തുവിന്റെ ഇഹലോകപ്രവർത്തനം അത് വ്യക്തമാക്കുന്നുണ്ട്. ക്രിസ്തു ഭൗതിക ദു:ഖങ്ങൾക്ക് നേരെ വളരെ ക്രിയാത്മകമായി പ്രതികരിച്ചു. ഒപ്പം ആത്മീയദു:ഖങ്ങളും ക്രിസ്തു ഗൗരവമായി കണ്ടു. ഹൃദയം നുറുങ്ങിയവർക്ക് യഹോവ സമീപസ്ഥൻ, മനസ്സ് തകർന്നവരെ അവൻ രക്ഷിക്കുന്നു. (സങ്കീർത്തനം 34:18) ദു:ഖത്തിന്റെ കാരണം എന്തുതന്നെയായാലും അത് ശരിയായ അർത്ഥത്തിൽ തിരിച്ചറിയപ്പെടുമ്പോൾ അത് വിശുദ്ധ ജീവിതത്തിലേക്ക് നയിക്കും എന്നതിന് സംശയമില്ല. ദു:ഖം ഭാഗ്യാവസ്ഥയായി മാറുന്നതിന്റെ മർമ്മം അതാണ്.

ദൈവരാജ്യപ്രവർത്തനത്തിൽ മാർഗ്ഗ ദർശകമാകേണ്ടതും ക്രിസ്തുവിന്റെ വഴി തന്നെയാണ്. ക്രിസ്തു ജീവിതത്തെ സമഗ്രമായി വീക്ഷിച്ചിരുന്നു. ഭൗതികമെന്നും ആത്മീയമെന്നും ഉള്ള വേർതിരിവ് അവിടെ ഇല്ല. ദു:ഖത്തിൽ ആശ്വാസമായും, രോഗത്തിൽ വൈദ്യനായും, വഴിതെറ്റി സഞ്ചരിക്കുന്നവർക്ക് നേർപാതയായും ക്രിസ്തുവിനെ അറിഞ്ഞവർ ജീവിതത്തിൽ മാറേണ്ടതുണ്ട്. ദീനന്റെ കണ്ണുനീർ ഒപ്പുന്നതിനും ദീനതയോടെ പെരുമാറുന്നതിനും അവർ ബാദ്ധ്യസ്ഥമാണ്, ഒപ്പം മനസ്സ് തകർന്നവരെ ശക്തിപ്പെടുത്തുകയും, ഹൃദയത്തിന്റെ മുറിവ് കെട്ടുകയും വേണം.

ഭൂമിയെ അവകാശമാക്കുന്നവർ

സൗമ്യതയുള്ളവർ ഭാഗ്യവാന്മാർ; അവർ ഭൂമിയെ അവകാശമാക്കും.

(വി.മത്തായി 5:5)

സൗമ്യതയെ ബലഹീനതയായി മാത്രം കരുതുന്ന വർത്തമാന കാലഘട്ടത്തിൽ സൗമ്യതയിലൂടെ ലഭിക്കുന്ന ഭാഗ്യാവസ്ഥ ക്രിസ്തു ഇവിടെ വ്യക്തമാക്കുകയാണ്. ശക്തിയും ബലവും തന്ത്രവും ഉപയോഗിച്ച് ഭൂമിയെ, അധികാരത്തെ, സ്വത്തിനെ ആർജ്ജിക്കുന്ന ലോകമാണ് നമുക്ക് ചുറ്റും. മത്സരത്തിന്റെ ലോകത്ത്, ആർജ്ജനത്തിന്റെ കാലഘട്ടത്തിൽ, വിനയവും, സൗമ്യതയും ശക്തിഹീനന്റെ ഭാവമായി മാത്രമായിട്ടാണ് വീക്ഷിക്കപ്പെടുന്നത്.

സൗമ്യത എന്ന വാക്ക് വ്യത്യസ്ത അർത്ഥത്തിലാണ് ദർശിക്കേണ്ടത്. സൗമ്യത ഇവിടെ വിവക്ഷിക്കപ്പെടുന്നത് ഭീരുത്വത്തിന്റേയോ, മൃദുസ്വഭാവത്തിന്റേയോ അർത്ഥത്തിലല്ല. പ്രത്യുത അത് ധാർമ്മിക ധീരതയുടെ അർത്ഥത്തിലാണ് രേഖപ്പെടുത്തിയിട്ടുള്ളത്. ധാർമ്മിക രോഷം ആവശ്യമാണ്. ദൈവനിയന്ത്രണത്തിന് സ്വയം സമർപ്പിക്കുന്നതിലൂടെ സ്വായത്തമാക്കുന്ന ആത്മനിയന്ത്രണവും ഇവിടെ പ്രസക്തമാണ്. ഇങ്ങനെയുള്ളവർ ഊതിപ്പെരുപ്പിച്ച വ്യക്തിത്വം ഉള്ളവരായിരിക്കുകയില്ല. അവരുടെ ബന്ധങ്ങളിൽ അഹം ഉണ്ടായിരിക്കുകയില്ല. സ്വയാർജ്ജനത്തിനുള്ള ത്വരയിൽനിന്നും വിമുക്തമായിരിക്കും അവർ. ക്ഷമിക്കുകയും പൊറുക്കുകയും, മറക്കുകയും ചെയ്യുന്നതുകൂടാതെ തന്നോട് അതിക്രമം ചെയ്യുന്നവരെ പൂർണ്ണമായും ഉൾക്കൊള്ളാനും കഴിയും. അതിലൂടെ ശത്രുക്കളെ ഇല്ലാതാക്കുവാൻ കഴിയും. സൗമ്യത

യുള്ളവർ ശക്തരായി അങ്ങനെ മാറുകയും ചെയ്യും.

വേദപുസ്തകത്തിൽ സംഖ്യാപുസ്തകത്തിൽ (12:3)മോശയെ ഭൂതലത്തിലുള്ള സകലമനുഷ്യരിലും അതിസൗമ്യനായി രേഖപ്പെടുത്തിയിരിക്കുന്നു. ഒരു ജനതയുടെ വിമോചനത്തിനായി ധീരമായി പോരാടിയ മോശ ലോകം ദർശിച്ചിട്ടുള്ള ഏറ്റവും വലിയ വിമോചന പ്രക്രിയയ്ക്കാണ് നേതൃത്വം നല്കിയത്. അധികാര കേന്ദ്രങ്ങൾക്ക് മുമ്പിൽ മുട്ടുമടക്കാതെ ഒരു ജനതയുടെ ആശയും സ്വപ്നവും ആയിരുന്ന മോശ പൂർണ്ണമായും ദൈവത്തിൽ ആശ്രയിച്ചുകൊണ്ട്, തികഞ്ഞ വിനയത്തോടുകൂടി നേതൃത്വം നല്കി. അതോടൊപ്പം താൻ നേതൃത്വം നല്കുന്ന ജനതയുടെ ദൈനംദിന പ്രശ്നങ്ങൾക്ക് പരിഹാരവും കണ്ടെത്തിയിരുന്നു. മോശയെ വേദപുസ്തകത്തിൽ ചിത്രീകരിച്ചിരിക്കുന്നത് ഭൂതലത്തിലുള്ള സകല മനുഷ്യരിലും അതിസൗമ്യൻ എന്നാണ്. സൗമ്യതയ്ക്ക് ക്രിസ്തു നല്കുന്ന ഭാഷ്യം ഇവിടെ കൂടുതൽ വ്യക്തമാകുകയാണ്.

സൗമ്യത ആത്മീയതയുടെ ഭാവമായി വേദപുസ്തകത്തിൽ ഗലാത്യർക്കുള്ള ലേഖനത്തിൽ വ്യക്തമാക്കിയിട്ടുണ്ട്. ആത്മാവിന്റെ ശ്രേഷ്ഠഫലങ്ങളിൽ ഒന്നായി സൗമ്യത ഉൾപ്പെടുത്തിയിട്ടുണ്ട്. (ഗലാത്യർ 5:22,23) ദൈവത്തിൽ പൂർണ്ണമായി ആശ്രയിക്കുന്നവർക്ക് മാത്രമേ സൗമ്യത പൂർണ്ണ അർത്ഥത്തിൽ ഉൾകൊള്ളുവാനും പ്രായോഗികമാക്കുന്നതിനും കഴിയുകയുള്ളൂ. ഇവിടെയും മാതൃകയാകേണ്ടത്, ക്രിസ്തു തന്നെയാണ്. ക്രിസ്തുവിന്റെ ജന്മാവതാരം ഒരു വലിയ ലക്ഷ്യത്തിനു വേണ്ടിയുള്ള സ്വയം സമർപ്പണമായിരുന്നു. വിശുദ്ധ മത്തായിയുടെ സുവിശേഷത്തിൽ (വി മത്തായി 11:29) ഞാൻ സൗമ്യതയും, താഴ്ചയും ഉള്ളവൻ ആകയാൽ എന്റെ നുകം ഏറ്റുകൊണ്ട് എന്നോട് പഠിക്കുവിൻ എന്ന് ക്രിസ്തു ഉദ്ബോധിപ്പിക്കുന്നുണ്ട്. തിന്മകൾക്കെതിരെ പോരാടിയ, കപടശക്തിക്കെതിരെ ശബ്ദമുയർത്തിയ ക്രിസ്തുവിന്റെ സൗമ്യത ശത്രുക്കളെ സ്നേഹിക്കുന്നതിലും, തിന്മയെ നന്മകൊണ്ട് നേരിടുന്നതിലും നമുക്ക് ദർശിക്കാനാകും. ക്രിസ്തുവിന്റെ സൗമ്യതയുടെ പാരമ്യം ആണ് ക്രൂശീകരണം. ഈ സൗമ്യത പഠിക്കുവാനാണ് ക്രിസ്തു നമ്മെ ആഹ്വാനം ചെയ്യുന്നത്.

സൗമ്യത എങ്ങനെ ഭൂമിയെ അവകാശമാക്കും എന്ന് ഇവിടെ വ്യക്തമാണ്. ക്രിസ്തുവിനെപ്പോലെ ദൈവഹിതത്തിന് സമർപ്പിച്ചു കൊണ്ട് സൗമ്യതയോടെ ജീവിക്കുമ്പോൾ അങ്ങനെയുള്ളവർക്ക് ഈ ഭൂമി അവകാശമായിത്തീരും. അത് ഒരു പ്രത്യേക അനുഭവമാണ്. ശത്രുതയും പകയും ഇല്ലാത്ത ഈ അവസ്ഥയിൽ ലഭ്യമാകുന്ന ലോകം ഒരു പ്രത്യേക അനുഭൂതിയാണ്. സൗമ്യതയിലൂടെ, ക്രൂശീകരണത്തിലൂടെ ക്രിസ്തു സ്ഥാപിച്ച രാജ്യം ഇന്നും ലോകത്തിന് ദീപ്തമായ പ്രതീക്ഷയായി നിലനില്ക്കുന്നു എന്നത് ചിന്തനീയമാണ്.

തീക്ഷ്ണമായ നീതിബോധം

നീതിക്ക് വിശന്ന് ദാഹിക്കുന്നവർ ഭാഗ്യവാന്മാർ. അവർക്ക് തൃപ്തിവരും.

(വി. മത്തായി 5:6)

നീതിക്ക് വേണ്ടി വിശന്ന് ദാഹിക്കുന്നത് തീക്ഷ്ണമായ ധാർമ്മിക അവസ്ഥയാണ്. ദൈവം പ്രതീക്ഷിക്കുന്നത് അതാണ്. കാരണം നീതി ദൈവീകഭാവമാണ്. നീതിക്ക് വേണ്ടി തീവ്രമായി ആഗ്രഹിക്കുന്ന അവസ്ഥ ഈശ്വര സാക്ഷാൽക്കാരമാണ്. ദൈവത്തിൽ വിലയം പ്രാപിക്കുന്ന അവസ്ഥ. മറ്റൊരർത്ഥത്തിൽ ധാർമ്മികമൂല്യങ്ങളുടെ ആകത്തുകയാണ് നീതി.

വിശുദ്ധ വേദപുസ്തകത്തിൽ നീതി എന്ന സങ്കല്പം ദൈവത്തിന്റെ ഏറ്റവും ശക്തമായ ഭാവമാണ്. അമോസ് പ്രവാചകന്റെ പുസ്തകത്തിൽ ന്യായം വെള്ളംപോലെയും, നീതി വറ്റാത്ത തോടുപോലെയും കവിഞ്ഞൊഴുകട്ടെ (ആമോസ് 5:24) എന്ന് ആഹ്വാനംചെയ്യുന്നു. മനുഷ്യാ നല്ലത് എന്തെന്ന് അവൻ നിനക്ക് കാണിച്ചു തന്നിരിക്കുന്നു. ന്യായം പ്രവർത്തിക്കാനും, ദയാതല്പരനായിരിക്കാനും, നിന്റെ ദൈവത്തിന്റെ സന്നിധിയിൽ താഴ്മയോടെ നടക്കുവാനും അല്ലാതെ എന്താകുന്നു യഹോവ നിന്നോട് ചോദിക്കുന്നത്. എന്ന് മീഖാപ്രവാചകന്റെ വാക്കുകൾ (മീഖ. 6:8) ദൈവത്തിന് മനുഷ്യനെക്കുറിച്ചുള്ള പ്രതീക്ഷയാണ്. ബാബിലോണിയൻ പ്രവാസത്തിന് ശേഷം തിരികെ വന്ന യഹൂദ ജനത്തോടുള്ള ആദ്യത്തെ പ്രവാചക (യെശയ്യാവ്) സന്ദേശവും മറ്റൊന്നായിരുന്നില്ല. – "ന്യായം പ്രമാണിച്ച് നീതി പ്രവർത്തിക്കുവിൻ" (യെശയ്യാവ് 56:1) എന്നതായിരുന്നു.

യെശയ്യാവിന്റെ പ്രവചന പുസ്തകത്തിൽതന്നെ യേശു ദരിദ്ര ന്മാർക്ക് നീതിയോടെ ന്യായം പാലിച്ച് കൊടുക്കുകയും ദേശത്തിലെ സാധുക്കൾക്ക് നേരോടെ വിധി കല്പിക്കുകയും ചെയ്യും (യെശയ്യാവ് 11:4) എന്ന് രേഖപ്പെടുത്തിയിട്ടുണ്ട്. നീതി ദൈവരാജ്യത്തിന്റെ നിദർശനമാണ്. ദൈവരാജ്യം ഭക്ഷണവും പാനീയവുമല്ല; നീതിയും സമാധാനവും പരിശുദ്ധാത്മാവിൽ സന്തോഷവുമത്രെ എന്ന് വിശുദ്ധ പൗലോസ് റോമർക്ക് എഴുതിയ ലേഖനത്തിൽ വ്യക്തമാക്കിയിട്ടുണ്ട്.

നീതിക്ക് വേണ്ടി വിശന്ന് ദാഹിക്കുന്ന അവസ്ഥ മനുഷ്യ ജീവിത ത്തിലെ ഏറ്റവും ഉദാത്തഭാവമാണ്. നീതിയുള്ള വ്യവസ്ഥിതിക്കായി ദാഹത്തോട് കൂടി പ്രവർത്തിക്കുമ്പോൾ ലഭിക്കുന്ന തൃപ്തി (സാക്ഷാൽ ക്കാരം) വാക്കുകൾക്ക് അതീതമാണ്. അങ്ങനെയുള്ളവർക്ക് യഥാർത്ഥ മായ സന്തോഷം പരിശുദ്ധ അരൂപിയുടെ സാന്നിദ്ധ്യത്താൽ ലഭിക്കു കയും ചെയ്യും.

നീതിക്കുവേണ്ടിയുള്ള അദമ്യമായ ആഗ്രഹവും, ആഗ്രഹ പൂർത്തീ കരണവും പുതിയൊരു ദൗത്യനിർവ്വഹണത്തിന്റെ ചുവടുവയ്പാണ്. ദൈവത്തിന്റെ നീതി ഉൾക്കൊള്ളുമ്പോൾ സാമൂഹികപ്രശ്നങ്ങളോട് നിസ്സംഗത പുലർത്താനാവില്ല. അനീതിയുമായി ഒത്തുതീർപ്പും സാദ്ധ്യമല്ല. ജീവിതത്തിൽ ലഭിക്കുന്ന എല്ലാ ദൈവിക അനുഗ്രഹങ്ങളും ദൈവത്തിന് ഈ ഭൂമിയെക്കുറിച്ചുള്ള സ്വപ്നസാക്ഷാൽക്കാരത്തി നായുള്ള വിളികൂടിയാണ്. അത് നാം ഉൾക്കൊള്ളണം. വിശുദ്ധ യാക്കോബിന്റെ ലേഖനത്തിൽ പിതാവായ ദൈവത്തിന്റെ മുമ്പാകെ ശുദ്ധവും നിർമ്മലവുമായ ഭക്തി അനാഥരേയും വിധവമാരേയും അവരുടെ സങ്കടത്തിൽ ചെന്ന് കാണുന്നതും, ലോകത്താലുള്ള കളങ്കം പറ്റാത്തവണ്ണം തന്നെത്താൻ കാത്തുകൊള്ളുന്നതും (യാക്കോബ് 1:27), കൂട്ടുകാരനെ നിന്നെപ്പോലെ സ്നേഹിക്കേണം എന്ന തിരുവെഴുത്തിന് ഒത്തവണ്ണം ജീവിക്കുന്നതും, (യാക്കോബ് 2:8), ആണ് എന്ന് രേഖപ്പെടുത്തിയിരിക്കുന്നു. വിശ്വാസവും പ്രവൃത്തിയും പരസ്പരപൂരക മാണെന്നും (യാക്കോബ് 2:4-26)വളരെ ശക്തമായി ഉദ്ബോധിപ്പിച്ചിട്ടുണ്ട്.

നീതിക്ക് വിശന്ന് ദാഹിക്കുന്നവരിലൂടെ ആത്മാവിന്റെ രക്ഷയുടെ മാനദണ്ഡവും ലഭിക്കുന്നുണ്ട്. പൂർണ്ണമായും നീതിമാന്മാരെന്ന് അഭി മാനിക്കുന്നവരെയല്ല ക്രിസ്തു ഇവിടെ അർത്ഥമാക്കുന്നത്. പ്രത്യുത തങ്ങ ളുടെ കുറവുകളെക്കുറിച്ച് ഉത്തമബോദ്ധ്യത്തോടുകൂടി നീതിക്ക് വേണ്ടി (ഈശ്വര സാക്ഷാൽക്കാരം) തീവ്രമായി ആഗ്രഹിക്കുന്ന വ്യക്തികൾ ക്കാണ് രക്ഷ വാഗ്ദാനം ചെയ്യപ്പെടുന്നത് എന്നത് ശ്രദ്ധേയമാണ്. ഞാൻ നീതിമാന്മാരെയല്ല പാപികളെയത്രെ രക്ഷിക്കാൻ വന്നത് എന്ന ക്രിസ്തുവചനവും ഇവിടെ ചേർത്ത് വായിക്കേണ്ടതാണ്.

കരുണ ലഭിക്കുന്നവർ

കരുണയുള്ളവർ ഭാഗ്യവാന്മാർ അവർക്ക് കരുണ ലഭിക്കും.
(വി.മത്തായി 5:7)

കരുണ ദൈവത്തിന്റെ അടിസ്ഥാനഭാവമാണ്. ഏദൻ തോട്ടത്തിൽ മനുഷ്യവംശത്തെക്കുറിച്ചുള്ള ദൈവത്തിന്റെ പ്രതീക്ഷ തകർത്തുകൊണ്ട് പാപം ചെയ്ത ആദമിനും, ഹൗവ്വയ്ക്കും അവരെ വലയം ചെയ്തിരുന്ന ദൈവിക തേജസ്സ് നഷ്ടമാകുകയും അവർ നഗ്നരെന്ന് തിരിച്ചറിയുകയും ചെയ്തു. ആ നിമിഷത്തിൽ പാപാവസ്ഥയിൽ ആയിരുന്നിട്ടുകൂടി അവരെ വസ്ത്രം ധരിപ്പിക്കുന്ന ദൈവത്തിൽ കരുണയുടെ ഉദാത്തമായ പ്രഥമ ദർശനം നമുക്ക് ലഭിക്കുന്നു. തുടർന്ന് ദൈവിക പദ്ധതികളോട് നിരന്തരം കലഹിക്കുന്ന ജനത്തെ കരുണയോടും, കരുതലോടും പിൻതുടരുന്ന ദൈവത്തെ ബൈബിളിൽ ഉടനീളം കാണുവാനാകും. വീഴ്ചയിൽ ഉപേക്ഷിക്കുന്ന ദൈവമല്ല പ്രത്യുത വീഴ്ചയിൽ അനുതപിക്കുമ്പോൾ മനുഷ്യനെ ഉൾക്കൊള്ളുന്ന കാരുണ്യമാണ് ദൈവം. ഈ മഹത്തായ കരുണയുടെ അടിസ്ഥാനം പൂർണ്ണമായ സ്നേഹം മാത്രമാണ്. കരുണയുള്ളവരായിരിപ്പാൻ ക്രിസ്തു ആഹ്വാനം ചെയ്യുന്നതിലൂടെ കരുണയുടെ ദൈവിക കാഴ്ചപ്പാട് ഉൾകൊള്ളാനാണ് ദൈവം പ്രതീക്ഷിക്കുന്നത്. ഇത് ഒരു വെല്ലുവിളിയാണ്. കരുണ ഒരു ഉപരിപ്ലവമായ ഭാവമായി മാറാൻ പാടില്ലെന്ന് ചുരുക്കം. അത് ജീവിതത്തിന്റെ അഗാധതലങ്ങളെ സ്പർശിക്കുന്ന ദൈവീകഭാവമായി മാറണം എന്ന് ക്രിസ്തു പ്രതീക്ഷിക്കുന്നു. തെറ്റ് ചെയ്തുപോയവരോട്, രോഗികളോട്, വേദന അനുഭവിക്കുന്നവരോട്, മനസ്സ് തകർന്നിരിക്കുന്നവരോട്, നമ്മോട് അകൃത്യം ചെയ്തവരോട് കരുണയോടെ പ്രവർത്തിക്കണം. വേദനയിൽ അവരോട് താദാത്മ്യം

പ്രാപിക്കുന്നതും, വ്യക്തികളോടും സമൂഹത്തോടും തെറ്റ് ചെയ്തവരെ അവരുടെ അനുതാപാവസ്ഥയിൽ ഉൾക്കൊള്ളുന്നതും, കൂടെ ചേർക്കുന്നതും കാരുണ്യത്തിന്റെ ദൈവികതലമാണ്. യാഗത്തേക്കാളും ദൈവം പ്രസാദിക്കുന്നത് കരുണയിലാണ് എന്ന് വേദപുസ്തകത്തിൽ ഹോശയാ പ്രവചനത്തിൽ വ്യക്തമാക്കിയിട്ടുണ്ട്. തുടർന്ന് പുതിയ നിയമത്തിൽ വിശുദ്ധ മത്തായിയുടെ സുവിശേഷ ഗ്രന്ഥത്തിലും (വി.മത്തായി 9:13) അത് വ്യക്തമാക്കിയിട്ടുണ്ട്.

കരുണയുള്ളവർ ഭാഗ്യവാന്മാരാണ് എന്ന് ഇവിടെ സൂചിപ്പിക്കുന്നു. ഈ ഭാഗ്യാവസ്ഥയ്ക്ക് കാരണം അവർക്ക് ദൈവത്തിന്റെ കരുണ ലഭിക്കും എന്നുള്ളതാണ്. ഒരു മനുഷ്യനെ സംബന്ധിച്ച് ഏറ്റവും ആഗ്രഹിക്കത്തക്കതും, അനുഗ്രഹിക്കപ്പെട്ടതുമായ അവസ്ഥയാണ് ദൈവത്തിന്റെ കരുണ ലഭിക്കുക എന്നുള്ളത്. ഇത് ദൈവത്തിന്റെ അതുല്യമായ നീതിയാണ്. ജീവിതത്തിൽ കരുണയോടെ പ്രവർത്തിക്കുന്നവർക്ക് അന്ത്യന്യായവിധിയിൽ കരുണയോടുകൂടിയുള്ള പരിഗണന ലഭിക്കും എന്ന് ക്രിസ്തു വ്യക്തമാക്കിയിട്ടുണ്ട്.

> മനുഷ്യപുത്രൻ തന്റെ തേജസ്സോടുകൂടെ സകല വിശുദ്ധന്മാരുമായി വരുമ്പോൾ അവൻ തന്റെ തേജസ്സിന്റെ സിംഹാസനത്തിൽ ഇരിക്കും. സകല ജാതികളെയും അവന്റെ മുമ്പിൽ കൂട്ടും. അവൻ അവരെ ഇടയൻ ചെമ്മരിയാടുകളേയും, കോലാടുകളേയും തമ്മിൽ വേർതിരിക്കുന്നതുപോലെ വേർതിരിച്ചു, ചെമ്മരിയാടുകളെ തന്റെ വലത്തും, കോലാടുകളെ ഇടത്തും നിർത്തും. രാജാവ് തന്റെ വലത്തുള്ളവരോട് അരുളിചെയ്യും, എന്റെ പിതാവിനാൽ അനുഗ്രഹിക്കപ്പെട്ടവരേ, വരുവിൻ: ലോകസ്ഥാപനം മുതൽ നിങ്ങൾക്കായി ഒരുങ്ങിയിരിക്കുന്ന രാജ്യം അവകാശമാക്കിക്കൊൾവിൻ. എനിക്ക് വിശന്നു; നിങ്ങൾ ഭക്ഷിപ്പാൻ തന്നു. ദാഹിച്ചു, നിങ്ങൾ കുടിപ്പാൻ തന്നു. ഞാൻ അതിഥിയായിരുന്നു. നിങ്ങൾ എന്നെ ചേർത്തുകൊണ്ടു. നഗ്നനായിരുന്നു; നിങ്ങൾ എന്നെ ഉടുപ്പിച്ചു. രോഗിയായിരുന്നു. നിങ്ങൾ എന്നെ കാണാൻ വന്നു. തടവിൽ ആയിരുന്നു. നിങ്ങൾ എന്റെ അടുക്കൽ വന്നു. അതിന് നീതിമാന്മാർ അവനോട് കർത്താവേ, ഞങ്ങൾ എപ്പോൾ നിന്നെ വിശന്നു കണ്ടിട്ട് ഭക്ഷിപ്പാൻ തരികയോ, ദാഹിച്ച് കണ്ടിട്ട് കുടിപ്പാൻ തരികയോ ചെയ്തു? ഞങ്ങൾ എപ്പോൾ നിന്നെ അതിഥിയായി കണ്ടിട്ട് ചേർത്ത് കൊള്ളുകയോ നഗ്നനായി കണ്ടിട്ട് ഉടുപ്പിക്കുകയോ ചെയ്തു? നിന്നെ രോഗിയായിട്ടോ, തടവിലോ എപ്പോൾ കണ്ടിട്ട് ഞങ്ങൾ നിന്റെ അടുക്കൽ വന്നു എന്ന് ഉത്തരം പറയും. രാജാവ് അവരോട് എന്റെ ഈ ഏറ്റവും ചെറിയ സഹോദരന്മാരിൽ ഒരുത്തന് നിങ്ങൾ ചെയ്തിടത്തോളം എല്ലാം എനിക്ക് ചെയ്തു എന്ന് ഞാൻ സത്യമായിട്ട് നിങ്ങളോട് പറയുന്നു എന്ന് അരുളിച്ചെയ്തു. (വിശുദ്ധ മത്തായി 25: 31-40)

വിശുദ്ധ യാക്കോബിന്റെ ലേഖനത്തിലും (യാക്കോബ് 2: 13) കരുണ കാണിക്കാത്തവന് കരുണ ഇല്ലാത്ത ന്യായവിധി ഉണ്ടാകും എന്ന് രേഖപ്പെടുത്തിയിരിക്കുന്നു. ക്രിസ്തു പഠിപ്പിച്ച പ്രാർത്ഥനയിലും ഈ ആശയം വ്യക്തമാക്കിയിട്ടുണ്ട്. "ഞങ്ങളുടെ കടക്കാരോട് ഞങ്ങൾ ക്ഷമിച്ചിരിക്കുന്നതുപോലെ ഞങ്ങളുടെ കടങ്ങളും, പാപങ്ങളും ഞങ്ങളോട് ക്ഷമിക്കേണമേ" എന്ന് പ്രാർത്ഥിക്കുമ്പോൾ അർത്ഥമാക്കുന്നത് കരുണയുള്ളവന് മാത്രമേ കരുണ ലഭിക്കുകയുള്ളൂ എന്ന ആശയം തന്നെയാണ്. ദൈവത്തിൽനിന്നും കരുണ ലഭിക്കുന്നതിനുള്ള വളരെ ലളിതമായ വ്യവസ്ഥയാണ് കരുണയോടുകൂടി പ്രവർത്തിക്കുക എന്നുള്ളത്. യഥാർത്ഥ ആദ്ധ്യാത്മികതയുടെ വർണ്ണചിത്രം ഇവിടെ ലഭിക്കുന്നുണ്ട്. പ്രവൃത്തിയില്ലാത്ത ആരാധനയിൽ പ്രസാദിക്കാത്ത ദൈവം മനുഷ്യനിൽനിന്നും പ്രതീക്ഷിക്കുന്നത് ദൈവിക സങ്കല്പത്തിലുള്ള കരുണ നിറഞ്ഞ മനോഭാവവും അതിനനുസരിച്ചുള്ള പ്രവർത്തനങ്ങളുമാണ്.

ഹൃദയശുദ്ധി ദൈവത്തെ കാണുന്ന അവസ്ഥ

ഹൃദയശുദ്ധിയുള്ളവർ ഭാഗ്യവാന്മാർ. അവർ ദൈവത്തെ കാണും.
(വി.മത്തായി 5:8)

ആത്മീയ മനുഷ്യന്റെ ഏറ്റവും വലിയ ആഗ്രഹം ഈശ്വരനെ കാണുക എന്നത് തന്നെയാണ്. ഈശ്വരനെ തേടിയുള്ള യാത്ര ഒരു തീർത്ഥയാത്രയാണ്. ക്രിസ്തു ഇവിടെ ഈശ്വര ദർശനത്തിനുള്ള മാർഗ്ഗം നിർദ്ദേശിക്കുകയാണ്. ഈശ്വരനെ കാണുന്നതിനുള്ള മാർഗ്ഗം ഹൃദയശുദ്ധിയോടെയുള്ള ജീവിതമാണ്.

ഹൃദയം മനുഷ്യന്റെ വ്യക്തിത്വത്തിന്റെ കേന്ദ്രഭാവമാണ്. നാം യഥാർത്ഥത്തിൽ എന്താണ് എന്നറിയുന്നതിന് ചിന്തകളുടെ സൂക്ഷ്മ പരിശോധനയിലൂടെ മാത്രമേ കഴിയൂ. കാപട്യങ്ങൾ പൊതിഞ്ഞ് വിശുദ്ധ പരിവേഷം നല്കാൻ മനുഷ്യന് പ്രത്യേക കഴിവുണ്ട്. മനുഷ്യൻ ചെയ്യുന്ന നല്ല കാര്യങ്ങൾപോലും വളരെ ആഴത്തിൽ വിശകലനം ചെയ്താൽ അതിന്റെ പിന്നിൽ ചില സ്വാർത്ഥ താല്പര്യങ്ങൾ ഉണ്ടായിരിക്കും എന്ന് കാണാൻ കഴിയും. ചുരുക്കത്തിൽ മനുഷ്യഹൃദയം മനസ്സിലാക്കാൻ കഴിയാത്ത വിധം സങ്കീർണ്ണമാണ്. എന്നാൽ ദൈവം മനുഷ്യനിൽനിന്നും പ്രതീക്ഷിക്കുന്നത് മറ്റൊന്നാണ്. സങ്കീർണ്ണതകൾ ഇല്ലാത്ത തികച്ചും നിർമ്മലമായ ഹൃദയം. നിർമ്മല ഹൃദയത്തിന്റെ പ്രേരകശക്തി എപ്പോഴും നിഷ്കളങ്കമായ താല്പര്യങ്ങൾ ആയിരിക്കണം. നന്മമാത്രം കാംക്ഷിക്കുകയും വേണം. വിശുദ്ധ വേദപുസ്തകത്തിൽ വിശുദ്ധ ഹൃദയത്തിന്റെ പ്രാധാന്യം വളരെ വ്യക്തമാക്കിയിട്ടുണ്ട്. സങ്കീർത്തനങ്ങളിൽ പതിനഞ്ചാം അദ്ധ്യായത്തിൽ ദൈവത്തിന്റെ കൂടാരത്തിൽ പാർക്കുന്നതിനും, വിശുദ്ധപർവ്വതത്തിൽ ദൈവത്തോടൊപ്പം വർത്തിക്കുന്നതിനും

ഹൃദയവിശുദ്ധി പാലിക്കേണ്ടതിന്റെ ആവശ്യകത ശക്തമായി സൂചിപ്പിച്ചിരിക്കുന്നു. (സങ്കീ:15) (യഹോവേ, നിന്റെ കൂടാരത്തിൽ ആർ പാർക്കും? നിന്റെ വിശുദ്ധ പർവ്വതത്തിൽ ആർ വസിക്കും? നിഷ്കളങ്കമായി നടന്ന് നീതി പ്രവർത്തിക്കുകയും ഹൃദയപൂർവ്വം സത്യം സംസാരിക്കുകയും ചെയ്യുന്നവൻ. (സങ്കീ: 15:1-2).) സങ്കീർത്തനം 24-ൽ യഹോവയുടെ പർവ്വതത്തിൽ വിശുദ്ധസ്ഥലത്ത് നില്ക്കുന്നതിന് വെടിപ്പുള്ള കൈയും, നിർമ്മലഹൃദയവും, വ്യാജത്തിന് മനസ്സ് വെക്കാതെയും ജീവിക്കണമെന്ന് വ്യക്തമാക്കിയിട്ടുണ്ട്. (സങ്കീർത്തനം 24: 1-4). വേദപുസ്തകത്തിൽ ശമുവേലിന്റെ പുസ്തകത്തിൽ യഹോവയോ ഹൃദയത്തെ നോക്കുന്നു എന്ന് രേഖപ്പെടുത്തിയിട്ടുണ്ട്. (1 ശമുവേൽ 16:7), ഹൃദയ വിചാര വികാരങ്ങളെ തീക്ഷ്ണമായി നോക്കുന്ന, അപഗ്രഥിക്കുന്ന ദൈവത്തിന്റെ മുമ്പിൽ മനുഷ്യന് ഒന്നും മറച്ചുവെക്കുവാനാവില്ല എന്നുള്ളത് ഹൃദയത്തെ ബോധപൂർവ്വം നിഷ്കളങ്കമായി സൂക്ഷിക്കേണ്ടതിന്റെ ആവശ്യകത വ്യക്തമാക്കുന്നു.

ദൈവം പ്രതീക്ഷിക്കുന്ന തരത്തിൽ ഹൃദയത്തെ നിർമ്മലമായി സൂക്ഷിക്കുവാൻ കഴിയുമോ എന്നുള്ളത് വളരെ പ്രസക്തമായ പ്രശ്നമാണ്. മനുഷ്യനെ അപഗ്രഥിച്ചാൽ ആത്യന്തികമായി മനുഷ്യന് പാപത്തോട് ഒരു ആഭിമുഖ്യം ഉണ്ട് എന്നുള്ളതാണ് വാസ്തവം. അത് ജഡത്തിന്റെ ഭാവമാണ്. ഏദനിലും സംഭവിച്ചത് അതാണ്. ഈ അപകടകരമായ സ്വഭാവത്തെ മനസ്സിലാക്കിക്കൊണ്ട് മനുഷ്യ ഹൃദയം പരിശുദ്ധ അരൂപിയുടെ സഹായത്താൽ ദൈവിക ചിന്തകൾകൊണ്ട് നിറയ്ക്കുക മാത്രമാണ് ജീവിതവിശുദ്ധിക്കായി ചെയ്യാൻ കഴിയുന്നത്. ദൈവഹിതത്തിന് പൂർണ്ണമായും കീഴ്പ്പെടുന്ന ആന്തരിക പ്രക്രിയയാണത്. ദൈവത്തോടുകൂടെയുള്ള നിരന്തരകൂട്ടായ്മ പാപത്തിൽനിന്നും അകറ്റി നിർത്തും. ദൈവത്തെ ഹൃദയത്തിന്റെ കേന്ദ്രഭാവമായി കാണുന്ന അവസ്ഥ ഹൃദയ വിചാരങ്ങളേയും, വികാരങ്ങളേയും വിശുദ്ധീകരിക്കും. ഈ അവസ്ഥയിൽ മാത്രമേ ദൈവത്തെ കാണുവാൻ കഴിയൂ. കാരണം വിശുദ്ധിയുള്ളിടത്ത് മാത്രം വസിക്കുന്നവനാണ് ദൈവം. എന്നെ കണ്ടവൻ എന്റെ പിതാവിനെ കണ്ടിരിക്കുന്നു. എന്ന ക്രിസ്തുവചനം ഇവിടെ വളരെ പ്രസക്തമാണ്. ക്രിസ്തുവിന്റെ മനസ്സ് ഉൾകൊള്ളുമ്പോൾ മനോഭാവം പൂർണ്ണമായി രൂപാന്തരപ്പെടും. അവിടെ സ്വാർത്ഥത പൂർണ്ണമായും ഇല്ലാതെയാകും. പ്രവർത്തനങ്ങൾ കരുണയുടേയും, സ്നേഹത്തിന്റെയും പ്രഭവ കേന്ദ്രങ്ങളായി മാറുകയും ചെയ്യും. ഹൃദയം നിർമ്മലമായ സ്നേഹത്തിന്റെ വറ്റാത്ത ഉറവയായിത്തീരും. ദൈവത്തെ കാണുന്നതിനായി ഹൃദയം സജ്ജമാക്കപ്പെടുകയും ചെയ്യും.

സമാധാനം ഉണ്ടാക്കുന്നവർ ദൈവത്തിന്റെ മക്കൾ

സമാധാനം ഉണ്ടാക്കുന്നവർ ഭാഗ്യവാന്മാർ; അവർ ദൈവത്തിന്റെ പുത്രന്മാർ എന്ന് വിളിക്കപ്പെടും.

(*വി. മത്തായി* 5:9)

സമാധാനം എന്ന ദർശനം ആഴത്തിൽ ചിന്തിക്കേണ്ടതാണ്. പ്രത്യേകിച്ചും വർത്തമാനകാല സാഹചര്യത്തിൽ. സമാധാനം ഏറ്റവും അഭികാമ്യമായ സാമൂഹ്യ സംവിധാനം ആണ്. അത് സാമാന്യഗതിയിൽ സംഘർഷം ഇല്ലാത്ത അവസ്ഥയാണ്. എന്നാൽ സമാധാനത്തിന് ഇത്തരത്തിലുള്ള നിസ്സംഗമായ അർത്ഥമല്ല ദൈവിക ദർശനത്തിൽ ഉള്ളത്. പ്രത്യുത ധീരമായ പ്രവർത്തനത്തിനുള്ള വെല്ലുവിളിയാണ് സമാധാന പ്രക്രിയയ്ക്ക് അടിസ്ഥാനം.

ഷാലോം എന്ന എബ്രായ പദമാണ് ബൈബിളിൽ സമാധാനം അർത്ഥമാക്കുന്നത്. ഷാലോം നന്മയുടെ പൂർണ്ണതയാണ്. അത് ദൈവത്തോടും മനുഷ്യരോടുമുള്ള ശരിയായ ബന്ധമാണ്. അത് ക്രിസ്തുവിൽ വസിക്കുന്ന അവസ്ഥയാണ്. സമാധാനം ദൈവികസൃഷ്ടിക്രമത്തിന്റെ പൂർണ്ണതയാണ്. ന്യായം, നീതി, സ്നേഹം അന്യോന്യമുള്ള പ്രതിബദ്ധത തുടങ്ങിയ വ്യത്യസ്ത അർത്ഥതലങ്ങൾ ഷാലോമിനുണ്ട്.

"സമാധാനം ദൈവിക പ്രതീകമാണ്" (റോമർ 16:20, തെസ്സലോനിക്യർ 5:23). യേശുവിന്റെ ജനനം തന്നെ "ഭൂമിയിൽ ദൈവപ്രസാദമുള്ള മനുഷ്യർക്ക് സമാധാനം" (വിശുദ്ധ ലൂക്കോസ് 2:14) എന്ന പ്രഖ്യാപനത്തോടെയായിരുന്നു. ക്രിസ്തുവിന്റെ ജനനം അറിയിച്ചുകൊണ്ട് രാത്രിയിൽ ആട്ടിൻകൂട്ടത്തെ കാവൽകാത്ത് വെളിയിൽ പാർത്തിരുന്ന ഇടയന്മാർക്ക് പ്രത്യക്ഷപ്പെട്ട ദൂതനോടൊപ്പം സ്വർഗ്ഗീയസൈന്യത്തിന്റെ

ഒരു സംഘം അറിയിച്ചു. "അത്യുന്നതങ്ങളിൽ ദൈവത്തിന് മഹത്ത്വം. ഭൂമിയിൽ ദൈവപ്രസാദമുള്ള മനുഷ്യർക്ക് സമാധാനം. യെശയ്യാവ് പ്രവാചകൻ യേശുവിന്റെ ജനനത്തെക്കുറിച്ച് മുൻകൂട്ടി പ്രവചിച്ചിട്ടുള്ളതും ശ്രദ്ധേയമാണ്. "നമുക്ക് ഒരു ശിശു ജനിച്ചിരിക്കുന്നു. നമുക്ക് ഒരു മകൻ നല്കപ്പെട്ടിരിക്കുന്നു. ആധിപത്യം അവന്റെ തോളിൽ ഇരിക്കും. അവന് അത്ഭുതമന്ത്രി, വീരനാം ദൈവം, നിത്യപിതാവ്, സമാധാനപ്രഭു എന്ന് പേർ വിളിക്കും." (യെശയ്യാവ് 9:6) സമാധാനം അതിന്റെ ശരിയായ അർത്ഥത്തിൽ പുനഃസ്ഥാപിക്കുക എന്നതായിരുന്നു യേശുവിന്റെ ദൗത്യം. ക്രൂശീകരണത്തിന് മുമ്പ് യേശു നടത്തിയ അന്ത്യപ്രഭാഷണത്തിൽ "സമാധാനം ഞാൻ നിങ്ങൾക്ക് തന്നിട്ട് പോകുന്നു. എന്റെ സമാധാനം ഞാൻ നിങ്ങൾക്ക് തരുന്നു. ലോകം തരുന്നതുപോലെയല്ല ഞാൻ നിങ്ങൾക്ക് തരുന്നത്. നിങ്ങളുടെ ഹൃദയം കലങ്ങരുത്. ഭ്രമിക്കുകയും അരുത്." (വിശുദ്ധയോഹന്നാൻ 14:27) എന്ന് ഉദ്ബോധിപ്പിച്ചതിലൂടെ സമാധാനസംസ്ഥാപനം ക്രിസ്തു ദൗത്യത്തിന്റെ കേന്ദ്രഭാവമാണെന്ന് ഒരിക്കൽകൂടി ഓർമ്മിപ്പിച്ചു. അത് ഉപരിപ്ലവപരമായ അനുഭൂതിയല്ല. പ്രത്യുത പ്രതിസന്ധികളിൽ കരുത്തും നിശ്ചയവും ബോദ്ധ്യവും നല്കുന്നതാണ്.

"ആഴ്ചവട്ടത്തിന്റെ ഒന്നാംനാൾ ആയ ആ ദിവസം, നേരം വൈകിയപ്പോൾ ശിഷ്യന്മാർ ഇരുന്ന സ്ഥലത്ത് യഹൂദന്മാരെ പേടിച്ച് വാതിൽ അടച്ചിരിക്കെ യേശു വന്ന് നടുവിൽനിന്നുകൊണ്ട് നിങ്ങൾക്ക് സമാധാനം" (യോഹന്നാൻ 20:19) എന്ന് ഉത്ഥിതനായ ക്രിസ്തു പ്രത്യക്ഷപ്പെട്ട് ശിഷ്യന്മാരെ ആശ്വസിപ്പിക്കുകയും, ധൈര്യപ്പെടുത്തുകയും ചെയ്യുന്നതും സമാധാന പ്രഖ്യാപനത്തോടെയാണ്. ക്രിസ്തു എല്ലാ അർത്ഥത്തിലും സമാധാന പ്രഭു ആയിരുന്നു. ക്രിസ്തു നിർവ്വചിക്കപ്പെട്ടിരിക്കുന്നതുതന്നെ അങ്ങനെയാണ്.

ഇവിടെ ചിന്തിക്കുന്ന അനുഗ്രഹവചസ്സിന്റെ കേന്ദ്രഭാവം "സമാധാനം ഉണ്ടാക്കുക" എന്നതാണ്. അത് സൃഷ്ടിക്കപ്പെടേണ്ട അവസ്ഥയാണ്. ഇവിടെയാണ് വെല്ലുവിളി. സമാധാനം നിഷ്ക്രിയത്വമല്ല; നിസ്സംഗതയും അല്ല. അത് ശ്മശാനത്തിലെ ശാന്തതയും അല്ല. പ്രത്യുത സമാധാനം, തിന്മയോടുള്ള പോരാട്ടമാണ്. അത് നീതിയുടെ സ്ഥാപനമാണ്. വിശുദ്ധ വേദപുസ്തകത്തിൽ സങ്കീർത്തന പുസ്തകത്തിൽ "നീതിയും സമാധാനവും തമ്മിൽ ചുംബിച്ചിരിക്കുന്നു." (സങ്കീർത്തനം 85:10) എന്ന് രേഖപ്പെടുത്തിയിരിക്കുന്നത് ചിന്തനീയമാണ്. നീതിയും, സമാധാനവും പരസ്പരപൂരകങ്ങൾ ആണ്. മറ്റൊരർത്ഥത്തിൽ നീതി ഉള്ളയിടത്ത് മാത്രമേ സമാധാനം ഉള്ളൂ. ഇവിടെയാണ് സമാധാനം ഉണ്ടാക്കുന്നതിന്റെ വെല്ലുവിളി. നീതിയുള്ള സമൂഹസൃഷ്ടിയിലൂടെ മാത്രമേ ദൈവം പ്രതീക്ഷിക്കുന്ന തരത്തിലുള്ള സമാധാനം സൃഷ്ടിക്കാനാകൂ. മറ്റെല്ലാ കാര്യത്തിലും എന്നപോലെ ക്രിസ്തു ഇവിടെ മാതൃകയാകുകയാണ്. സമാധാന പ്രഭു ആയിരുന്ന ക്രിസ്തുവിന്റെ ജീവിതം അനീതിക്കും,

തിന്മയ്ക്കും, കപടഭക്തിക്കും നേരെയുള്ള തുറന്ന പോരാട്ടം കൂടി ആയിരുന്നു. വ്യവസ്ഥാപിത മതശക്തികൾ ക്രിസ്തുവിനെ ക്രൂശിച്ചതും അതുകൊണ്ട് തന്നെ. ക്രിസ്തു വിഭാവനംചെയ്യുന്ന തരത്തിൽ പുതിയ ആകാശവും പുതിയ ഭൂമിയും സൃഷ്ടിക്കുക എന്ന ദൗത്യം ഏറ്റെടുക്കുമ്പോൾ മാത്രമേ നീതിയുള്ള ഒരു സമൂഹസൃഷ്ടി സാദ്ധ്യമാകുന്നുള്ളൂ. നീതിയുള്ള സമൂഹ സൃഷ്ടിയിലൂടെ സമാധാനം ഒരു യാഥാർത്ഥ്യമാക്കുന്നതിനുവേണ്ടി അർപ്പണബുദ്ധിയോടുകൂടി പ്രവർത്തിക്കുന്നവർക്ക് മാത്രമേ "ദൈവത്തിന്റെ മക്കൾ" എന്ന വലിയ പദവിക്ക് അർഹതയുള്ളൂ. കാരണം ദൈവം സമാധാനം തന്നെയാണ്.

ബൈബിളിൽ ഗിരിപ്രഭാഷണത്തിൽ മാത്രമേ സമാധാനം ഉണ്ടാക്കുന്നവർ ദൈവത്തിന്റെ പുത്രന്മാരായിത്തീരും എന്ന അനുഗ്രഹവചസ്സ് രേഖപ്പെടുത്തിയിട്ടുള്ളൂ.

സഹനത്തിന്റെ പാത

നീതി നിമിത്തം ഉപദ്രവിക്കപ്പെടുന്നവർ ഭാഗ്യവാന്മാർ;
സ്വർഗ്ഗരാജ്യം അവർക്കുള്ളത്.
എന്റെ നിമിത്തം നിങ്ങളെ പഴിക്കുകയും, ഉപദ്രവിക്കുകയും നിങ്ങളെകൊണ്ട് എല്ലാ തിന്മയും കളവായി പറയുകയും ചെയ്യുമ്പോൾ
നിങ്ങൾ ഭാഗ്യവാന്മാർ; സ്വർഗ്ഗത്തിൽ നിങ്ങളുടെ പ്രതിഫലം വലുതാകകൊണ്ട് സന്തോഷിച്ചുല്ലസിപ്പിൻ. നിങ്ങൾക്ക് മുമ്പെയുണ്ടായിരുന്ന പ്രവാചകന്മാരെയും അവർ അങ്ങനെതന്നെ ഉപദ്രവിച്ചുവല്ലോ.

(വിശുദ്ധ മത്തായി 5:10–12)

ക്രിസ്തു പ്രതീക്ഷിക്കുന്ന നീതി എല്ലാ അർത്ഥത്തിലും ശത്രുക്കളെ സൃഷ്ടിക്കും എന്നതിന് സംശയമില്ല. കാരണം അത് ദരിദ്രപക്ഷത്തോട് ഐക്യദാർഢ്യം പ്രഖ്യാപിക്കുന്നതാണ്. വളരെ ഹ്രസ്വമായ ജീവിതത്തിനിടയിൽ യേശു എപ്പോഴും ദരിദ്രരോടും, മർദ്ദിതരോടും ഒപ്പം ആയിരുന്നു. ദരിദ്രരോട് സുവിശേഷം അറിയിക്കുന്നതിനും, ബദ്ധന്മാർക്ക് വിടുതൽ നല്കുന്നതിനും, പീഡിതർക്ക് വിടുതൽ നല്കുന്നതിനും, രോഗികൾക്ക് സൗഖ്യം നല്കുന്നതിനും നിയോഗിക്കപ്പെട്ടതായിരുന്നു ആ ജീവിതം. യേശുവിന്റെ ദർശനത്തിൽ ആരാധന, മതനിയമങ്ങൾ അക്ഷരം പ്രതി പാലിക്കുന്നത് ആയിരുന്നില്ല. പ്രത്യുത മതപരമായ നിയമാനുഷ്ഠാനത്തേക്കാൾ പ്രധാനം നീതിബോധവും, നീതിനിർവ്വഹണവും ആയിരുന്നു. ചുരുക്കത്തിൽ ജീവന്റെ ഉണ്മയെ കരുതുന്നതും, സംരക്ഷിക്കുന്നതുമായിരുന്നു യേശുവിന്റെ ആദ്ധ്യാത്മികത. ക്രിസ്തു വിഭാവനം ചെയ്ത

ദൈവരാജ്യം നീതിബന്ധങ്ങളുടെ പൂർണ്ണതയാണ്. ദൈവിക നീതിയിൽ അധിഷ്ഠിതമായ സമൂഹത്തിൽ മാത്രമേ ജീവന്റെ സമഗ്രത കാണാനാകൂ. അതുകൊണ്ട് ക്രിസ്തു കേന്ദ്രീകൃത ജീവിത ശൈലിയിൽ നീതിക്ക് വേണ്ടിയുള്ള പോരാട്ടം ഒഴിച്ചുകൂടാനാവാത്തതാണ്.

നീതിയുടെ പാത വേറിട്ട പാതയാണ്. അത് ഇടുക്കമുള്ളതും ഞെരുങ്ങിയതുമാണ്. അത് കല്ലും മുള്ളും നിറഞ്ഞതാണ്. അവിടെ സ്വാർത്ഥതയ്ക്ക് സ്ഥാനമില്ല. പ്രവർത്തനത്തിന്റെ ദർശനവും കാഴ്ചപ്പാടും അപരൻ മാത്രമാണ്. തിന്മ നിറഞ്ഞ ലോകത്തിൽ, ചൂഷണബദ്ധമായ ലോകത്തിൽ, നീതിക്ക് വേണ്ടി നിലകൊള്ളുന്നവർക്ക് ഉപദ്രവങ്ങൾ ഉണ്ടാകും എന്നതിന് സംശയമില്ല. കാരണം അത് ഒഴുക്കിനെതിരെയുള്ള യാത്രയാണ്. അവിടെ സഹയാത്രികർ കുറവാണ്. ഭൂരിപക്ഷത്തോടൊപ്പം നില്ക്കാനാണല്ലോ സാധാരണ എല്ലാവർക്കും താല്പര്യം. ഇവിടെ ആശ്വാസം നല്കുന്ന വസ്തുത, യേശു നീതിക്കുവേണ്ടി പോരാടുന്ന ചെറിയ സമൂഹത്തോടൊപ്പം എപ്പോഴും ഉണ്ട് എന്നുള്ളതാണ്. കാരണം യേശു സഞ്ചരിച്ച പാത നീതിക്ക് വേണ്ടിയുള്ള പോരാട്ടത്തിന്റേതായിരുന്നു. ക്രിസ്തുവിനെ ക്രൂശിച്ച ലോകം തീർച്ചയായും ആ പാതയിൽ സഞ്ചരിക്കുന്നവരെയും ക്രൂശിക്കും എന്നതിന് സംശയമില്ല. നീതിനിമിത്തം ഉപദ്രവിക്കപ്പെടുന്നവർക്ക് നല്കുന്ന വാഗ്ദാനം സ്വർഗ്ഗരാജ്യമാണ്.

അനുഗ്രഹവചസ്സുകളുടെ ആരംഭഭാഗത്ത് ആത്മാവിൽ ദരിദ്രരായവർക്കും, അവസാനഭാഗത്ത് നീതിനിമിത്തം ഉപദ്രവിക്കപ്പെടുന്നവർക്കും വാഗ്ദാനം ചെയ്യുന്നത് ഒരേ കാര്യം - സ്വർഗ്ഗരാജ്യം. ഇത് ശ്രദ്ധേയമാണ്. ഏറ്റവും വിനയാന്വിത ഹൃദയത്തോടുകൂടി (ആത്മാവിൽ ദരിദ്രർ) ദൈവത്തിൽ ആശ്രയിക്കുന്നവർക്ക് ദൈവരാജ്യം വാഗ്ദാനം ചെയ്യപ്പെടുന്നുവെങ്കിലും അപ്രകാരം കൃപ ദൈവത്തിൽനിന്നും ലഭിച്ചവർ ദൈവരാജ്യപ്രവർത്തനത്തിൽ നീതിബോധത്തോടുകൂടി വർത്തിക്കേണ്ടതിന്റെ പ്രാധാന്യം ഇവിടെ ക്രിസ്തു സൂചിപ്പിക്കുന്നു. ഇത് വളരെ പ്രധാനപ്പെട്ട വസ്തുതയാണ്. ക്രിസ്തു കേന്ദ്രീകൃതമായി പ്രവർത്തിക്കുന്നവർക്ക് ക്രിസ്തുവിന്റെ മനസ്സ് ഉൾകൊണ്ടുകൊണ്ട് നീതിയുടെ പക്ഷം ചേർന്നുകൊണ്ട് മാത്രമേ പ്രവർത്തിക്കാനാകൂ. മറ്റൊരർത്ഥത്തിൽ അങ്ങനെയുള്ളവരെക്കുറിച്ചുള്ള ക്രിസ്തുവിന്റെ പ്രതീക്ഷ അത് മാത്രമാണ്.

വീണ്ടും ക്രിസ്തു ആശ്വസിപ്പിക്കുന്നതാണ് തുടർന്നുള്ള വാക്കുകൾ - "എന്റെ നിമിത്തം നിങ്ങളെ പഴിക്കുകയും ഉപദ്രവിക്കുകയും, നിങ്ങളെക്കൊണ്ട് എല്ലാ തിന്മയും കളവായി പറയുകയും ചെയ്യുമ്പോൾ നിങ്ങൾ ഭാഗ്യവാന്മാർ; സ്വർഗ്ഗത്തിൽ നിങ്ങളുടെ പ്രതിഫലം വലുതാകകൊണ്ട് സന്തോഷിച്ചുല്ലസിപ്പിൻ. നിങ്ങൾക്ക് മുമ്പെയുണ്ടായിരുന്ന പ്രവാചകന്മാരോടും അവർ അങ്ങനെതന്നെ ഉപദ്രവിച്ചുവല്ലോ. ശിഷ്യത്വത്തിന് നല്കുന്ന വലിയ വിലയാണ് ഇവിടെ പ്രതിപാദിച്ചിട്ടുള്ളത്." ശരിയെന്ന് വിശ്വസിക്കുന്ന പ്രത്യയശാസ്ത്രത്തോടുള്ള പൂർണ്ണമായ പ്രതിബദ്ധത എപ്പോഴും അഗ്നിപരീക്ഷയാണ്. ഈ പരീക്ഷ അതിജീവിക്കുന്നതിനുള്ള

കരുത്ത് ആണ് ഇവിടെ പ്രധാനം. യേശുവിന്റെ പാത അതായിരുന്നു എന്ന് ചിന്തിക്കുമ്പോൾ കനൽപാതയിലൂടെയുള്ള യാത്ര അലോസരപ്പെടുത്തുകയില്ല. ക്രിസ്തു ശിഷ്യരിൽ ആദ്യരക്തസാക്ഷിയായിരുന്ന സ്തേഫാനോസിന്റെ മരണം ഇവിടെ സൂചിപ്പിക്കട്ടെ. സ്തേഫാനോസിന്റെ അവസാനത്തെ വാക്കുകൾ ചുവടെ ചേർക്കുന്നു.

> ശാഠ്യക്കാരും, ഹൃദയത്തിനും, ചെവിക്കും പരിഛേദന ഇല്ലാത്തവരുമായുള്ളോരേ നിങ്ങളുടെ പിതാക്കന്മാരെപ്പോലെതന്നെ നിങ്ങളും എല്ലായ്പ്പോഴും പരിശുദ്ധാത്മാവിനോട് മറുത്തുനില്ക്കുന്നു. പ്രവാചകന്മാരിൽ ഏവനെ നിങ്ങളുടെ പിതാക്കന്മാർ ഉപദ്രവിക്കാതിരുന്നിട്ടുള്ളൂ. നീതിമാനായവന്റെ വരവിനെക്കുറിച്ച് മുൻ അറിയിച്ചവരെ അവർ കൊന്നുകളഞ്ഞു. അവനു നിങ്ങൾ ഇപ്പോൾ ദ്രോഹികളും കുലപാതകരും ആയിത്തീർന്നു. നിങ്ങൾ ദൈവദൂതന്മാരുടെ നിയോഗങ്ങളായി ന്യായപ്രമാണം പ്രാപിച്ചുവെങ്കിലും അത് പ്രമാണിച്ചിട്ടില്ല.

സ്തേഫാനോസിന്റെ പ്രസംഗത്തിന്റെ പ്രത്യാഘാതം ചുവടെ ചേർക്കുന്നു.-

> ഇതു കേട്ടപ്പോൾ അവർ കോപപരവശരായി അവന്റെ നേരെ പല്ലുകടിച്ചു. അവനോ പരിശുദ്ധാത്മാവ് നിറഞ്ഞവനായി സർഗ്ഗത്തിലേക്ക് ഉറ്റുനോക്കി. ദൈവമഹത്ത്വവും ദൈവത്തിന്റെ വലത്തുഭാഗത്ത് യേശു നില്ക്കുന്നതും കണ്ടു. ഇതാ സ്വർഗ്ഗം തുറന്നിരിക്കുന്നതും മനുഷ്യപുത്രൻ ദൈവത്തിന്റെ വലത്തുഭാഗത്ത് നില്ക്കുന്നതും ഞാൻ കാണുന്നു എന്ന് പറഞ്ഞു. അവർ ഉറക്കെ നിലവിളിച്ചു. ചെവിപൊത്തിക്കൊണ്ട് ഒന്നിച്ച് അവന്റെ നേരെ പാഞ്ഞുചെന്നു. അവനെ നഗരത്തിൽനിന്നും തള്ളി പുറത്താക്കി കല്ലെറിഞ്ഞു. സാക്ഷികൾ തങ്ങളുടെ വസ്ത്രം ശൗൽ എന്നുപേരുള്ള ഒരു ബാല്യക്കാരന്റെ കാല്ക്കൽ വച്ചു. കർത്താവായ യേശുവേ, എന്റെ ആത്മാവിനെ കൈക്കൊള്ളേണമേ എന്ന് സ്തേഫാനോസ് വിളിച്ചപേക്ഷിക്കുകയാൽ അവർ അവനെ കല്ലെറിഞ്ഞു. അവനോ മുട്ടുകുത്തി: : കർത്താവേ അവർക്ക് ഈ പാപം നിറുത്തരുതേ എന്ന് ഉച്ചത്തിൽ നിലവിളിച്ചു. ഇതുപറഞ്ഞിട്ട് അവൻ നിദ്ര പ്രാപിച്ചു. (*ബൈബിൾ* - അപ്പോസ്തലന്മാരുടെ പ്രവൃത്തികൾ 7:51-60)

ക്രിസ്തുശിഷ്യരിൽ സ്വാഭാവിക മരണം ലഭിച്ചത് വിശുദ്ധ യോഹന്നാന് മാത്രമായിരുന്നു. മറ്റ് എല്ലാവരും രക്തസാക്ഷിത്വം വരിക്കുകയായിരുന്നു. തുടർന്നുള്ള ലോകചരിത്രത്തിലും സമാന സംഭവങ്ങൾ ധാരാളം.

ഉപ്പും വെളിച്ചവും - ക്രിസ്തുവിന്റെ പ്രതീക്ഷ

നിങ്ങൾ ഭൂമിയുടെ ഉപ്പാകുന്നു. ഉപ്പ് കാരമില്ലാതെപോയാൽ അതിന് എന്തൊന്നുകൊണ്ട് രസം വരുത്താം? പുറത്ത് കളഞ്ഞിട്ട് മനുഷ്യർ ചവിട്ടുവാനല്ലാതെ മറ്റൊന്നിനും പിന്നെ കൊള്ളുന്നതല്ല. നിങ്ങൾ ലോകത്തിന്റെ വെളിച്ചം ആകുന്നു. മലമേൽ ഇരിക്കുന്ന പട്ടണം മറഞ്ഞിരിപ്പാൻപാടില്ല. വിളക്ക് കത്തിച്ച് പറയിൻകീഴല്ല തണ്ടിന്മേലത്രേ വെക്കുന്നത്; അപ്പോൾ അത് വീട്ടിലുള്ള എല്ലാവർക്കും പ്രകാശിക്കുന്നു. അങ്ങനെതന്നെ മനുഷ്യർ നിങ്ങളുടെ നല്ല പ്രവൃത്തികളെ കണ്ടു സ്വർഗ്ഗസ്ഥനായ നിങ്ങളുടെ പിതാവിനെ മഹത്ത്വപ്പെടുത്തേണ്ടതിന് നിങ്ങളുടെ വെളിച്ചം അവരുടെ മുമ്പിൽ പ്രകാശിക്കട്ടെ.

(വിശുദ്ധ മത്തായി 5:13–16)

ക്രിസ്തുവിനെ ഗുരുവായി അംഗീകരിക്കുന്നവരിൽനിന്നും പ്രതീക്ഷിക്കുന്ന ജീവിത മാനദണ്ഡങ്ങൾ ആണ് ഇവിടെ വ്യക്തമാക്കിയിട്ടുള്ളത്. അനുഗ്രഹം ലഭിച്ച സമൂഹത്തിന്റെ തുടർ പ്രതികരണമാണ് ഏറ്റവും പ്രസക്തം. അനുഗ്രഹം ലഭിച്ച സമൂഹം മറ്റുള്ളവർക്കും അത് നല്കാൻ ബാദ്ധ്യസ്ഥമാണ്. അനുഗ്രഹവചസ്സുകളിൽ ക്രിസ്തു വിവക്ഷിച്ചിട്ടുള്ള ജീവിതക്രമം പിൻതുടരാൻ കഴിയാതെ പോകുന്ന സാഹചര്യം ഗുണം നഷ്ടപ്പെട്ട ഉപ്പിനും, മറഞ്ഞിരിക്കുന്ന പ്രകാശത്തിനും തുല്യമാണ്. 'ഉപ്പ്' എന്ന പ്രതീകം ക്രിസ്തുവിനെ സംബന്ധിച്ച് അനുയായിവൃന്ദത്തിന്റെ തിരിച്ചറിയൽ പ്രതീകവും 'വെളിച്ചം' അനുയായികളുടെ ഗുണനിലവാരവും, ലോകത്തിന് ലഭിക്കേണ്ട പ്രയോജനത്തേയും വ്യക്തമാക്കുന്നു.

വളരെ ശക്തമായ പ്രതീകങ്ങളാണ് ഉപ്പും വെളിച്ചവും. ഉപ്പ്, വിശുദ്ധിയുടേയും, നൈർമ്മല്യത്തിന്റെയും പ്രതീകമാണ്. മാത്രമല്ല പരിരക്ഷണ സ്വഭാവമുള്ളതും രുചിപകരുന്നതും, അലിഞ്ഞ് ചേരുന്നതും ആണ്. അത് ചാലകസ്വഭാവമുള്ളതുമാണ്. മനുഷ്യജീവിതവും ഇതുപോലെയായിതീരണം. തിന്മ നിറഞ്ഞ ഈ ലോകത്തിൽ വിശുദ്ധിയും നൈർമ്മല്യവും കാത്തുസൂക്ഷിക്കുന്നതോടൊപ്പം ചീഞ്ഞ് അഴുകുന്ന സാമൂഹ്യസാഹചര്യത്തിൽ മൂല്യങ്ങളുടെ പരിരക്ഷ ഉറപ്പാക്കാൻ കഴിയണം. തിന്മയുടെ ശക്തിക്ക് കീഴ്പ്പെടാതെ ധീരമായി പൊരുതുവാനുള്ള കരുത്ത് 'ഉപ്പ്' ഓർമ്മിപ്പിക്കുന്നു. മറ്റുവരുടെ ജീവിതത്തിന് രുചി പകരാനും കഴിയണം. അവർക്ക് ഉന്മേഷവും, പ്രതീക്ഷയും, ഉത്തേജനവും നല്കാൻ സാദ്ധ്യമാകണം. ഇത് സാദ്ധ്യമാകണമെങ്കിൽ മറ്റുള്ളവരുടെ ജീവിതസാഹചര്യവുമായി അലിഞ്ഞ് ചേർന്നെങ്കിൽ മാത്രമേ കഴിയൂ. എന്നാൽ വ്യക്തിത്വം കാത്തുസൂക്ഷിക്കുകയും വേണം. ഇവിടെ പരാജയപ്പെട്ടാൽ ഉപ്പിന് ഉണ്ടായിരിക്കേണ്ട സ്വഭാവം നഷ്ടപ്പെടുന്ന പരിതാപകരമായ അവസ്ഥയിലായിത്തീരും. മറ്റൊരർത്ഥത്തിൽ മനുഷ്യന്റെ ഉള്ളിലെ ചൈതന്യത്തെ തിരിച്ചറിയാനും, അത് അണയാതെ കാത്തുസൂക്ഷിക്കാനുമുള്ള ആഹ്വാനവും ഉപ്പ് നല്കുന്നുണ്ട്. ചെറിയ അംശം ഉപ്പിന് വലിയ മാറ്റം വരുത്താനാകുമെന്നത് ചിന്തിക്കേണ്ട വസ്തുതയാണ്. ചെറിയ സമൂഹമാണെങ്കിൽക്കൂടി വ്യക്തമായ ദർശനവും, കാഴ്ചപ്പാടും പ്രതിബദ്ധതയും ഉണ്ടെങ്കിൽ വളരെ ഗുണപരമായ മാറ്റങ്ങൾക്ക് ആ സമൂഹത്തിന് കഴിയും എന്ന് ഉപ്പ് ഓർമ്മിപ്പിക്കുന്നു.

യേശു ലോകത്തിന്റെ വെളിച്ചം ആകുന്നു എന്ന് പ്രസ്താവിച്ചിട്ടുള്ളത് (യോഹന്നാന്റെ സുവിശേഷം 8:12) ഇവിടെ വളരെ പ്രസക്തമാണ്. ക്രിസ്തു ശിഷ്യരും ക്രിസ്തുവിനെപ്പോലെ വെളിച്ചമായി മാറണം എന്നുള്ളതാണ് യേശുവിന്റെ ഏറ്റവും വലിയ ആഗ്രഹവും പ്രതീക്ഷയും. യേശു എപ്രകാരം ലോകത്തിന് വെളിച്ചമായി മാറിയോ അപ്രകാരം തന്നെ ശിഷ്യരും ലോകത്തിന്റെ വെളിച്ചമായി മാറണമെന്നുള്ളത് ഏറ്റവും വലിയ വെല്ലുവിളിയാണ്. ക്രിസ്തു ശിഷ്യർ ഈ ലോകത്തിന് പ്രകാശം ചൊരിയുന്ന വിളക്കുകൾ ആകണം. ആ പ്രകാശം മറ്റുള്ളവർക്ക് ലഭിക്കണം. ആ പ്രകാശത്തിലൂടെ മറ്റുള്ളവർ പ്രകാശിതരായി മാറുകയും വേണം. ഇവിടെ മനസ്സിലാക്കേണ്ട വസ്തുത പ്രകാശത്തിന്റെ സാർവ്വലൗകികതയാണ്. യേശു അത് അടിവരയിട്ട് വ്യക്തമാക്കുകയാണ്. ലോകത്തിന്റെ വെളിച്ചം ആയിട്ടാണ് ക്രിസ്തു ശിഷ്യർ മാറേണ്ടത്. പ്രവർത്തനമേഖലയിൽ, താമസിക്കുന്ന സ്ഥലത്ത്, ദരിദ്രരോടുള്ള മനോഭാവത്തിൽ എല്ലാം വെളിച്ചം പകരാനാകണം. തിന്മയ്ക്ക് ഇവിടെ സ്ഥാനമില്ല. പ്രകാശം കടന്നുവരുന്നിടത്ത് അന്ധകാരം ഇല്ലാതാകുമല്ലോ. പ്രകാശത്തിന് ദൃശ്യശക്തിയും നയിക്കാനുള്ള ശക്തിയും ഉള്ളത് തിരിച്ചറിഞ്ഞ് പ്രവർത്തിക്കുന്നതിന് കഴിയണം. സമൂഹത്തെ നേർപാതയിലേക്ക് നയിക്കേണ്ട വലിയ ദൗത്യം ഏറ്റെടുക്കേണ്ടതുണ്ട്. മനുഷ്യാവകാശങ്ങൾ

സംരക്ഷിക്കുന്നതിനും, സമാധാനത്തിനും, അനുരജ്ഞനത്തിനുമായി പ്രവർത്തിക്കുന്നതിനും കഴിയണം.

അങ്ങനെ വെളിച്ചത്തിന്റെ സംവേദകരായി മാറുമ്പോൾ ആത്യന്തികമായി സംഭവിക്കുന്നത് പിതാവായ ദൈവത്തിന്റെ മഹത്വീകരണമാണ്. ദൈവത്തെ എല്ലാവരുടേയും പിതാവായി ക്രിസ്തു ഗിരിപ്രഭാഷണത്തിൽ ആദ്യമായി ഈ ഭാഗത്താണ് വ്യക്തമാക്കുന്നത്. ഇത് വളരെ ചിന്തനീയവും, ആശ്വാസകരവുമാണ്. ദൈവത്തിൽനിന്നും പ്രകാശം ഏറ്റുവാങ്ങി മറ്റുള്ളവർക്ക് വെളിച്ചമായി ലോകത്തിന് ഉപ്പായി, ഇങ്ങനെ ത്യാഗോജ്ജ്വലമായി ജീവിക്കുന്നതിനുള്ള ആഹ്വാനം ഉയർത്തുന്ന മൂല്യസങ്കല്പം വളരെ അർത്ഥവത്തും സജീവവും ആണ്.

പുതിയ മാനവികത

(വിശുദ്ധ മത്തായി 5:17–48)

ദൈവിക നിയമങ്ങളുടെ ആന്തരികാർത്ഥത്തിലേക്കുള്ള അന്വേഷണമാണ് ഗിരിപ്രഭാഷണത്തിന്റെ രണ്ടാംഭാഗം. അതോടൊപ്പം തന്നെ ദൈവികനിയമങ്ങളോടുള്ള യേശുവിന്റെ പ്രതിബദ്ധതയും ഇവിടെ കാണുവാൻ കഴിയും.

> ഞാൻ ന്യായപ്രമാണത്തെയോ, പ്രവാചകന്മാരെയോ നീക്കേണ്ടതിന് വന്നു എന്ന് നിരൂപിക്കരുത്. നീക്കുവാനല്ല, നിവർത്തിപ്പാനത്രെ ഞാൻ വന്നത്. സത്യമായിട്ട് ഞാൻ നിങ്ങളോട് പറയുന്നു. ആകാശവും ഭൂമിയും ഒഴിഞ്ഞുപോകുംവരെ സകലവും നിവൃത്തിയാകുവോളം ന്യായപ്രമാണത്തിൽനിന്ന് ഒരു വള്ളി എങ്കിലും പുള്ളി എങ്കിലും ഒരുനാളും ഒഴിഞ്ഞു പോകയില്ല. ആകയാൽ ഈ ഏറ്റവും ചെറിയ കല്പനകളിൽ ഒന്നു അഴിക്കയും മനുഷ്യരെ അങ്ങനെ പഠിപ്പിക്കുകയും ചെയ്യുന്നവൻ സ്വർഗ്ഗരാജ്യത്തിൽ ഏറ്റവും ചെറിയവൻ എന്ന് വിളിക്കപ്പെടും. അവയെ ആചരിക്കു കയും, പഠിപ്പിക്കുകയും ചെയ്യുന്നവനോ സ്വർഗ്ഗരാജ്യത്തിൽ വലിയവൻ എന്നു വിളിക്കപ്പെടും. നിങ്ങളുടെ നീതി ശാസ്ത്രിമാരുടെയും, പരിശന്മാരുടെയും നീതിയെ കവിയുന്നില്ലെങ്കിൽ നിങ്ങൾ സ്വർഗ്ഗരാജ്യത്തിൽ കടക്കുകയില്ല എന്ന് ഞാൻ നിങ്ങളോട് പറയുന്നു." (വിശുദ്ധ മത്തായി 5: 17–20)

വളരെയധികം തെറ്റിദ്ധരിപ്പിക്കപ്പെട്ട വ്യക്തിയായിരുന്നു യേശു. പ്രത്യേകിച്ചും ദൈവിക നിയമങ്ങളുടെ ആചരണത്തിന്റെ പശ്ചാത്തലത്തിൽ. അതുകൊണ്ട് യേശു യഹൂദ പ്രമാണികളുടെ എല്ലാ സംശയവും ദൂരീകരിച്ചുകൊണ്ട് യഹൂദാ ന്യായപ്രമാണത്തിന്റെ ആധികാരികതയെ ഇവിടെ അടിവരയിട്ട് ഉറപ്പിക്കുകയാണ്. മോശയിലൂടെയും പ്രവാ

ചകന്മാരിലൂടെയും വെളിപ്പെട്ട, ദൈവിക നിയമങ്ങളോടുള്ള യേശുവിന്റെ പരിപൂർണ്ണ വിധേയത്വം അർത്ഥശങ്കയ്ക്ക് ഇടം നല്കാതെ വ്യക്തമാക്കിയെന്ന് മാത്രമല്ല പ്രസ്തുത നിയമങ്ങളോട് യാതൊന്നും തനിക്ക് കൂട്ടിച്ചേർക്കാനില്ലായെന്നും വിശദീകരിച്ചു.

യഹൂദാ ന്യായപ്രമാണത്തിന്റെ അന്ത:സത്ത താഴെപ്പറയുന്ന പ്രകാരം സംഗ്രഹിക്കാം.

1. “യഹോവ നമ്മുടെ ദൈവമാകുന്നു. യഹോവ ഏകൻ തന്നെ. നിന്റെ ദൈവമായ യഹോവയെ നീ പൂർണ്ണ ഹൃദയത്തോടും പൂർണ്ണ മനസ്സോടും, പൂർണ്ണശക്തിയോടും കൂടെ സ്നേഹിക്കണം.” (ആവർത്തനം 6:4–5).

2. “കൂട്ടുകാരനെ നിന്നെപ്പോലെതന്നെ സ്നേഹിക്കണം. ഞാൻ യഹോവ ആകുന്നു.” (ലേവ്യപുസ്തകം 19:18).

ഇവിടെ ശ്രദ്ധിക്കേണ്ട വസ്തുത ക്രിസ്തുവിന്റെ നിയമവും മറ്റൊന്നായിരുന്നില്ല എന്നതാണ്. ഇത് ഇപ്രകാരമാണ്–

> നിന്റെ ദൈവമായ കർത്താവിനെ നീ പൂർണ്ണ ഹൃദയത്തോടും പൂർണ്ണാത്മാവോടും, പൂർണ്ണ മനസ്സോടും കൂടെ സ്നേഹിക്കണം. ഇതാകുന്നു വലിയതും ഒന്നാമത്തേതുമായ കല്പന. രണ്ടാമത്തേത് അതിനോട് സമം. കൂട്ടുകാരനെ നിന്നെപ്പോലെ തന്നെ സ്നേഹിക്കണം. ഈ രണ്ട് കല്പനകളിൽ സകല ന്യായപ്രമാണവും പ്രവാചകന്മാരും അടങ്ങിയിരിക്കുന്നു.
>
> (*വിശുദ്ധമത്തായി* 22: 37–40)

യേശു ന്യായപ്രമാണത്തെ മേൽസൂചിപ്പിച്ചപോലെ പൂർണ്ണമായി ഉൾക്കൊണ്ടിരുന്നുവെങ്കിലും യേശു തെറ്റിദ്ധരിക്കപ്പെട്ടത് എന്തുകൊണ്ടാണ്? ഏറ്റവും പ്രസക്തമായ വിഷയവും അതുതന്നെയാണ്. അന്നത്തെ മതനേതാക്കളും യേശുവും തമ്മിലുള്ള പ്രധാന വ്യത്യാസം ന്യായപ്രമാണത്തെ ദർശിച്ച അഥവാ ഉൾക്കൊണ്ട വിധത്തിലാണ്. മറ്റൊർത്ഥത്തിൽ ന്യായ പ്രമാണത്തെക്കുറിച്ചുള്ള കാഴ്ചപ്പാടിന്റെ വ്യത്യാസം. യഹൂദ ജനതയ്ക്ക് ആത്മീയമായ നേതൃത്വം നല്കിയിരുന്ന പരീശന്മാരും, ശാസ്ത്രിമാരും ന്യായപ്രമാണത്തിന്റെ ആന്തരികമായ ആചരണത്തിന് പ്രാധാന്യം നല്കിയപ്പോൾ യേശു ന്യായപ്രമാണത്തിന്റെ ആന്തരിക ദർശനത്തിനാണ് പ്രാധാന്യം നല്കിയത്. ന്യായപ്രമാണത്തോട് പൂർണ്ണമായി വിധേയത്വം പ്രഖ്യാപിക്കുമ്പോഴും ന്യായപ്രമാണത്തിന്റെ തെറ്റായ വ്യാഖ്യാനങ്ങളെ യേശു എതിർക്കുകയും ചെയ്തിരുന്നു. ദൈവത്തോടും, മനുഷ്യനോടും പൂർണ്ണ ഹൃദയത്തോടു കൂടിയുള്ള സ്നേഹം ഉൾക്കൊള്ളാത്ത ഒരു വ്യാഖ്യാനവും യേശുവിന് സ്വീകാര്യമായിരുന്നില്ല. അതുകൊണ്ടാണ് ശബ്ബത്തിൽ വരണ്ട കൈയുള്ള മനുഷ്യനെ സൗഖ്യമാക്കുന്നത് വിഹിതമോ എന്ന് യേശുവിനോട് ചോദിച്ച അവസരത്തിൽ ശബ്ബത്തിൽ നന്മചെയ്യുന്നത് വിഹിതംതന്നെ എന്ന് ഉറക്കെ പ്രഖ്യാപിച്ചുകൊണ്ട് വരണ്ട കൈയുള്ള മനുഷ്യനെ യേശു സൗഖ്യമാക്കിയത്. ഇത്തരം ധാരാളം സംഭവങ്ങൾ വേദപുസ്തകത്തിൽ രേഖപ്പെടുത്തിയി

ട്ടുണ്ട്. യേശു ഇവിടെ അക്ഷരങ്ങൾക്ക് ആത്മാവിനെ നല്കുകയാണ്. നിയമത്തിന്റെ അക്ഷരങ്ങൾക്ക് നവജീവൻ നല്കുകയാണ്. മറ്റൊർത്ഥ ത്തിൽ യഹൂദാ ന്യായപ്രമാണത്തിന്റെ അക്ഷരങ്ങൾക്ക് സ്നേഹത്തിന്റെ ആത്മാവിനെ പകർന്നു നല്കി. ന്യായപ്രമാണത്തിന് യേശു നല്കിയ പുനർ വ്യാഖ്യാനം തികച്ചും വിപ്ലവാത്മകമായിരുന്നു. യാഥാസ്ഥിതിക മതനേതാക്കൾക്ക് യാതൊരു രീതിയിലും ഉൾക്കൊള്ളാൻ കഴിയുന്നതായി രുന്നില്ല അത്. ദൈവത്തോടും മനുഷ്യരോടുമുള്ള പൂർണ്ണമായ സ്നേഹം എന്ന ദർശനം ഒരു നിയമമായി മാറുമ്പോൾ ഒരിക്കലും മനുഷ്യന് പൂർണ്ണത അവകാശപ്പെടുവാൻ ആകുകയില്ല. അത് എപ്പോഴും മനുഷ്യനിലെ അപൂർണ്ണതയെ, കുറവുകളെ ഓർമ്മിപ്പിച്ചു കൊണ്ടിരിക്കു കയും ചെയ്യും. മാത്രമല്ല മനുഷ്യന് ധാർമ്മികമായ അവകാശവാദങ്ങൾ ഉയർത്താനും ആകില്ല. മനുഷ്യന് ഒന്നുമില്ലായ്മ കൂടുതലായി ബോ ദ്ധ്യപ്പെടും. എളിമ വർദ്ധിക്കും. ആത്മാവിന്റെ ഏറ്റവും മൃദുവായ ശബ്ദംപോലും അപ്പോൾ തിരിച്ചറിയാനും ആകും. ഈ ദർശനം വളരെ പ്രധാനമാണ്. മറ്റൊരർത്ഥത്തിൽ ന്യായപ്രമാണത്തെ ദൈവരാജ്യത്തിന്റെ ആത്മാവിൽ വ്യാഖ്യാനിക്കുന്നതിനും നിവർത്തിക്കുന്നതിനും യേശു പ്രാധാന്യം നല്കി. ദൈവരാജ്യം ആത്യന്തികമായി നീതിയും, സമാധാനവും ആണല്ലോ. ആ അർത്ഥത്തിൽ ചിന്തിക്കുമ്പോൾ ന്യായപ്രമാ ണത്തിന്റെ ആന്തരികദർശനം മാനവജാതിയെ സ്നേഹത്തിൽ ബന്ധി പ്പിക്കുക എന്നതാണ്. അതുകൊണ്ടാണ് യേശു ശിഷ്യരോട് നിങ്ങളുടെ നീതിശാസ്ത്രിമാരുടേയും, പരീശന്മാരുടേയും നീതിയെ കവിയു ന്നില്ലെങ്കിൽ നിങ്ങൾ സ്വർഗ്ഗരാജ്യത്തിൽ കടക്കുകയില്ല. (മത്തായി 5:20) എന്ന് പ്രസ്താവിച്ചത്. ഈ ദർശനം യാഥാസ്ഥിതിക മതനേതൃത്വത്തിന് ഉൾക്കൊള്ളാൻ കഴിഞ്ഞില്ല എന്നതിൽ അതിശയിക്കാനില്ല. ഈ പുതിയ ധാർമ്മികത മനുഷ്യനിൽനിന്ന് ആവശ്യപ്പെടുന്ന ഒരു പ്രധാന വസ്തുത ദൈവത്തിലുള്ള പൂർണ്ണ ആശ്രയമാണ്. യേശു ന്യായപ്രമാണത്തിന് നല്കിയ ആത്മാവിന്റെ പ്രഭാവം മനുഷ്യനെ കൂടുതൽ കർമ്മനിരത മാക്കും.സംശയമില്ല. അതോടൊപ്പം ദൈവകൃപയിലുള്ള ആശ്രയ ത്വവും.ചുരുക്കത്തിൽ ക്രിസ്തുവിൽ ദൈവത്തിന്റെ ന്യായപ്രമാണം പൂർണ്ണത നേടുന്നതായി കാണുന്നതിന് കഴിയും. ക്രിസ്തു ദൈവിക നിയമത്തിന്റെ മൂർത്തരൂപമാണ്.

ക്രിസ്തുവിൽ ഉദ്ഘാടനം ചെയ്യപ്പെട്ട പുതിയ ധാർമ്മികതയുടെ അടിസ്ഥാനം നിലവിലുണ്ടായിരുന്ന ന്യായപ്രമാണം തന്നെയായിരുന്നു. യേശു അതിന് പൂർണ്ണത നല്കി. അതിന്റെ ആത്മാവിനെ അനാവരണം ചെയ്തു. ദൈവിക നിയമങ്ങളിൽ അന്തർല്ലീനമായിരുന്ന മാനവികതയെ ശക്തിപ്പെടുത്തി. കർമ്മമണ്ഡലത്തിൽ സ്നേഹത്തിന്റെ ആഴം വർദ്ധിപ്പിച്ചു. മനുഷ്യ നന്മയിലുള്ള പ്രതീക്ഷ വർദ്ധിപ്പിക്കുകയും ചെയ്തു.

തുടർന്ന് നീതി എങ്ങനെ പ്രാവർത്തികമാക്കാമെന്ന് ക്രിസ്തു വിശ ദീകരിച്ചു. പ്രായോഗിക ജീവിതത്തിൽ വളരെയേറെ ശ്രദ്ധിക്കേണ്ട മേഖ ലകളാണ് യേശു ഇവിടെ ചൂണ്ടിക്കാണിച്ചത്. സഹോദരനോട് കോപിക്കുന്നതും, സ്ത്രീപുരുഷബന്ധത്തിൽ ദുർമ്മോഹം കടന്നുവരു

ന്നതും, ജീവിതത്തിലും, സംഭാഷണത്തിലും സത്യസന്ധത പുലർത്തേണ്ടതിന്റെ പ്രാധാന്യവും യേശു വിശദീകരിച്ചു. ആത്യന്തികമായി ചിന്തിച്ചാൽ യേശു വ്യക്തിബന്ധത്തിന്റെ പ്രാധാന്യമാണ് ഇവിടെ ഉറപ്പിച്ച് പറയുന്നത് എന്ന് മനസ്സിലാക്കാം. ഒരു വ്യക്തിയേയും നിസ്സാരനായി കരുതാൻ പാടില്ല. ചിന്തയിൽപോലും ഭോഗാസക്തി കടന്നുവരാൻ പാടില്ല, വിവാഹബന്ധത്തിൽ വിശുദ്ധി പാലിക്കണം, ആ ബന്ധം കാത്തു സൂക്ഷിക്കേണ്ടുന്നതിന്റെ പ്രാധാന്യത്തെപ്പറ്റി യേശു വളരെ ഗൗരവമായി സംസാരിച്ചു. പുതിയ ജീവിതശൈലിക്ക് യേശു തുടക്കം കുറിച്ചു. സ്നേഹത്തിന്റെയും വിശുദ്ധിയുടേയും പുതിയ നിയമം യേശു പ്രഖ്യാപിച്ചു. തെറ്റ് ചെയ്യാതിരിക്കുന്നത് മാത്രമല്ല, തെറ്റിലേക്ക് നയിക്കാൻ സാദ്ധ്യതയുള്ള സകലതിനേയും ഒഴിവാക്കി ജീവിതം ക്രമീകരിക്കേണ്ടതിന്റെ ആവശ്യം യേശു വ്യക്തമാക്കി. യേശുവിന് ഏറ്റവും പ്രധാനം ആന്തരിക ധാർമ്മി കത ആയിരുന്നു. ചിന്തകളിലെ വിശുദ്ധി വളരെ ഗൗരവമായി യേശു വീക്ഷിച്ചു.

സഹോദരനോട് കോപിക്കുന്നതും, നിസ്സാരൻ എന്നും മൂഢാ എന്നും വിളിക്കുന്നതും ഗുരുതരമായ ശിക്ഷാവിധിക്ക് ഇടയാക്കും എന്ന് യേശു പ്രസ്താവിച്ചു. സഹോദരനോട് നിരക്കാതെ അർപ്പിക്കുന്ന വഴിപാടും, ആരാധനയും വ്യർത്ഥമാണെന്ന് യേശു വ്യക്തമാക്കി. വഴിപാടുമായി യാഗപീഠത്തിലേക്ക് വരുന്ന അവസരത്തിൽ സഹോദരനുമായി എന്തെങ്കിലും പ്രയാസം ഉണ്ടെന്ന് ഓർമ്മവന്നാൽ വഴിപാട് യാഗപീഠത്തിന്റെ മുന്നിൽ വച്ചിട്ട് സഹോദരനോട് ആദ്യം നിരക്കുക, പിന്നീട് വഴിപാട് കഴിക്കുക എന്നാണ് യേശു പറഞ്ഞത്. യേശുവിന്റെ വാക്കുകൾ ചുവടെ ചേർക്കുന്നു.

> കുല ചെയ്യരുത് എന്നും ആരെങ്കിലും കുല ചെയ്താൽ ന്യായവിധിക്ക് യോഗ്യനാകും എന്നും പൂർവ്വികന്മാരോട് അരുളിച്ചെയ്തത് നിങ്ങൾ കേട്ടിട്ടുണ്ടല്ലോ. ഞാനോ നിങ്ങളോട് പറയുന്നത്: സഹോദരനോട് കോപിക്കുന്നവൻ എല്ലാം ന്യായവിധിക്ക് യോഗ്യനാകും. സഹോദരനോട് നിസ്സാര എന്ന് പറഞ്ഞാലോ ന്യായാധിപ സഭയുടെ മുമ്പിൽ നില്ക്കേണ്ടിവരും. മൂഢാ എന്ന് പറഞ്ഞാലോ അഗ്നി നരകത്തിന് യോഗ്യനാകും. ആകയാൽ നിന്റെ വഴിപാട് യാഗപീഠത്തിങ്കൽ കൊണ്ടുവരുമ്പോൾ സഹോദരന് നിന്റെ നേരെ വല്ലതും ഉണ്ടെന്ന് അവിടെ വെച്ചു ഓർമ്മവന്നാൽ നിന്റെ വഴിപാട് അവിടെ യാഗപീഠത്തിന്റെ മുമ്പിൽ വച്ചിട്ട് ഒന്നാമത് ചെന്ന് സഹോദരനോട് നിരന്ന് കൊൾക, പിന്നെ വന്ന് നിന്റെ വഴിപാട് കഴിക്ക, (*വിശുദ്ധ മത്തായി* 5:21-25)

കോപം ഒരർത്ഥത്തിൽ സഹോദരനോടുള്ള കടന്നാക്രമണമാണ്. അത് സഹോദരനോടുള്ള അനാദരവാണ്. ക്ഷിപ്രകോപമല്ല യേശു ഇവിടെ ഉദ്ദേശിച്ചതെന്നു ചിന്തിക്കുന്നു. മന:പൂർവ്വം വളർത്തിയെടുക്കുന്ന കോപമാണ് പ്രധാനമായും യേശു ഇവിടെ വിവക്ഷിച്ചിട്ടുള്ളത്. യേശുവിന്റെ നിയമത്തിൽ സഹോദരനോടുള്ള തെറ്റായ മനോഭാവം ഗുരുതരമായ ശിക്ഷയർഹിക്കുന്ന വീഴ്ചയാണ്. ജീവിതവിശുദ്ധി കൂടാതെ

യുള്ള ആരാധനയുടെ നിരത്ഥകതയും യേശു ഗൗരവമായി വ്യക്തമാക്കി.

വ്യഭിചാരത്തെ സംബന്ധിച്ചുള്ള യേശുവിന്റെ വീക്ഷണം ആഴത്തിൽ വളരെ ശ്രദ്ധയോടെ ചിന്തിക്കേണ്ടതാണ്. സ്ത്രീയെ മോഹിക്കേണ്ടുന്നതിന് അവളെ നോക്കുന്നവനെല്ലാം ഹൃദയംകൊണ്ട് അവളോട് വ്യഭിചാരം ചെയ്തുപോയി എന്നാണ് യേശു പറഞ്ഞത്. വ്യഭിചാരത്തിലേക്ക് നയിക്കാൻ സാദ്ധ്യതയുള്ള തെറ്റായ ചിന്തകളും ആഗ്രഹങ്ങളും പാപമാണ്. ചിന്താമണ്ഡലത്തിൽപോലും സമ്പൂർണ്ണ വിശുദ്ധി പാലിക്കണമെന്ന് യേശു പ്രതീക്ഷിക്കുന്നു. ക്രിസ്തുവിനോട് ചേർന്നിരിക്കുന്നവർ ജഡത്തെ അതിന്റെ രാഗമോഹത്തോടുകൂടി ക്രൂശിക്കണമെന്ന് വിശുദ്ധ പൗലോസ് വ്യക്തമാക്കിയിട്ടുണ്ട്. കടിഞ്ഞാണില്ലാത്ത മോഹങ്ങളും, ജഡത്തിന്റെ ചിന്തകളും ഗുരുതരമായ പരീക്ഷകളാണ്. അതിനെ അതിജീവിക്കുന്നതിന് ജാഗ്രത വളരെയാവശ്യം. അതിനുള്ള മാർഗ്ഗം ക്രിസ്തുവിലേക്ക് നോക്കുക എന്നതാണ്. എപ്പോഴും ദൈവിക ചിന്തയോടുകൂടി ജീവിച്ചാൽ സ്നേഹരഹിതവും, കടിഞ്ഞാൺ ഇല്ലാത്തതുമായ മോഹങ്ങളെ ജയിക്കുന്നതിന് കഴിയും. യേശു അത് പ്രതീക്ഷിക്കുന്നു. പാപസാഹചര്യങ്ങളെ ഒഴിഞ്ഞ് ജീവിക്കാൻ ശീലിക്കണം. പാപത്തിനെതിരെ തീക്ഷ്ണമായ പോരാട്ടത്തിനാണ് യേശു ആഹ്വാനം ചെയ്യുന്നത്. അതുകൊണ്ടാണ്

> എന്നാൽ വലങ്കണ്ണ് നിനക്ക് ഇടർച്ച വരുത്തുന്നുവെങ്കിൽ അതിനെ ചൂഴ്ന്നെടുത്ത് എറിഞ്ഞുകളയുക; നിന്റെ ശരീരം മുഴുവനും നരകത്തിൽ വീഴുന്നതിനേക്കാൾ നിന്റെ അവയവങ്ങളിൽ ഒന്ന് നശിക്കുന്നത് നിനക്ക് പ്രയോജനമത്രെ. വലങ്കൈ നിനക്ക് ഇടർച്ച വരുത്തുന്നുവെങ്കിൽ അതിനെ വെട്ടി എറിഞ്ഞുകളക; നിന്റെ ശരീരം മുഴുവൻ നരകത്തിൽ പോകുന്നതിനേക്കാൾ അവയവങ്ങളിൽ ഒന്ന് നശിക്കുന്നത് നിനക്ക് പ്രയോജനകരമത്രെ എന്ന് യേശു പറഞ്ഞത്.” (*വിശുദ്ധ മത്തായി* 5:29 –30)

യേശു വളരെ തീവ്രമായ വികാരമാണ് ഇവിടെ പ്രകടിപ്പിക്കുന്നത്. ഈ വാക്കുകളിലെ വികാരമാണ് ഉൾകൊള്ളേണ്ടത്. പാപത്തോട് സന്ധിയില്ലാത്ത യുദ്ധത്തിന് തയ്യാറാകണമെന്ന് ചുരുക്കം. ഈ ലക്ഷ്യപ്രാപ്തിക്കായി പാപത്തിനെതിരെ ശരീരത്തെ ഗൗരവമായി നിയന്ത്രിക്കണമെന്നതാണ് പ്രധാന ദർശനം. അഥവാ ജീവിതത്തിന്റെ ലക്ഷ്യം ഉന്നതമായി നിർണ്ണയിച്ചുകൊണ്ട് ആത്മീയമായ ഒരു തീർത്ഥയാത്ര മാത്രമാണ് പരീക്ഷകളെ വിട്ടൊഴിയുന്നതിനുള്ള മാർഗ്ഗം. ഇത്തരം തീരുമാനങ്ങൾ ആന്തരിക വിശുദ്ധിക്ക് ആവശ്യമാണ്. ചുരുക്കത്തിൽ ഭോഗേച്ഛയെ വ്യഭിചാരത്തിന് തുല്യമായ പാപമായി യേശു ചിത്രീകരിച്ചത് എല്ലാവരേയും സഹോദരീസഹോദരന്മാരായി കാണുന്നതിനുള്ള ആഹ്വാനമാണ്. സഹോദര നിർവ്വിശേഷമായ സ്നേഹത്തിലൂടെ മാത്രമേ ഭോഗേച്ഛയെ ജയിക്കാനാകൂ. വിവാഹ ജീവിതത്തെ സംബന്ധിച്ചും യേശുവിന്റെ കാഴ്ചപ്പാട് വളരെ ശക്തമായിരുന്നു. വിവാഹമോചനത്തെ യേശു എതിർ

ത്തിരുന്നു. ഉപേക്ഷിച്ച് വേറെ വിവാഹം കഴിക്കുന്നതിനെതിരെയുള്ള ശക്തമായ നിലപാടാണ് യേശു സ്വീകരിച്ചത്.

ഉച്ചരിക്കുന്ന വാക്കുകൾ വ്യക്തിത്വത്തിന്റെ ഉരകല്ലാണ്. ഒരു വസ്തുതയുടെ നിജസ്ഥിതി വ്യക്തമാക്കുന്നതിന് ആണയിടുന്നതിനോട് യേശു യോജിച്ചിരുന്നില്ല. വാക്ക് ഉവ്വ് അഥവാ ഇല്ല എന്നതായിരിക്കണം എന്ന് യേശു വ്യക്തമാക്കുന്നു. കാരണം ഓരോ വാക്കും സത്യം ആയിരിക്കണം എന്നുള്ളതാണ്. യേശു ഓരോ വാക്കും വളരെ ഗൗരവ മായിതന്നെ കണക്കാക്കിയിരുന്നു. ദൈവികമൂല്യങ്ങളിൽ ഉറച്ച് നിന്നു കൊണ്ട് പ്രവർത്തിക്കുകയാണെങ്കിൽ നമ്മുടെ പ്രവർത്തനങ്ങളിൽ വിശ്വാ സ്യത ഉണ്ടാകും.അപ്പോൾ വാക്കുകൾക്കും വിശ്വാസ്യത കൈവരും. അതുകൊണ്ട് ആണയിടുന്നതിന് പ്രസക്തിയില്ല. "മനുഷ്യൻ പറയുന്ന ഏത് നിസ്സാര വാക്കിനും ന്യായവിധി ദിവസത്തിൽ കണക്ക് ബോധിപ്പി ക്കേണ്ടിവരും എന്ന് ഞാൻ നിങ്ങളോട് പറയുന്നു. നിന്റെ വാക്കുകളാൽ നീതീകരിക്കപ്പെടുകയും, നിന്റെ വാക്കുകളാൽ കുറ്റം വിധിക്കപ്പെടുകയും ചെയ്യും." (*വിശുദ്ധ മത്തായി* 12: 36,37) എന്നുള്ള യേശുവിന്റെ വാക്കുകൾ വളരെ ചിന്തനീയമാണ്. സത്യത്തോടുള്ള പ്രതിബദ്ധതയാണ് സത്യം ചെയ്യുന്നതിനെ വിലക്കുന്നതിന് യേശുവിനെ പ്രേരിപ്പിച്ചത്. സത്യത്തിൽ വസിക്കുന്നതിൽ യേശു വിശ്വസിക്കുന്നു. വാക്കുകൾ സൂക്ഷിക്കുക, നിസ്സാ രമായി സംസാരിക്കാതിരിക്കുക, ഓരോ വാക്കിലും ആത്മാർത്ഥതയും സത്യസന്ധതയും നിറഞ്ഞു നില്ക്കുക, വാക്കിന് ജീവനും ചൈതന്യവും ഉള്ളതായി മനസ്സിലാക്കുക- തുടങ്ങിയ ദർശനങ്ങൾ ഇവിടെ പ്രസക്തമാണ്.

തുടർന്ന് യേശു പുതിയൊരു നീതിന്യായ വ്യവസ്ഥിതി വ്യക്തമാ ക്കുകയാണ്. കണ്ണിന് പകരം കണ്ണും, പല്ലിന് പകരം പല്ലും ആയിരുന്നു അന്ന് നിലവിലിരുന്ന വ്യവസ്ഥ. എന്നാൽ യേശു പുതിയൊരു വ്യവ സ്ഥിതിക്ക് ആഹ്വാനം ചെയ്യുകയാണ്.

> ദുഷ്ടനോട് എതിർക്കരുത്. നിന്റെ വലത്തെ ചെകിട്ടത്ത് അടിക്കുന്നവന് മറ്റേതും തിരിച്ച് കാണിക്ക. നിന്നോട് വ്യവഹരിച്ച് നിന്റെ വസ്ത്രം എടുക്കുവാൻ ഇച്ഛിക്കുന്നവന് നിന്റെ പുതപ്പും വിട്ടുകൊടുക്ക. ഒരുത്തൻ നിന്നെ ഒരു നാഴിക വഴിപോകുവാൻ നിർബ്ബന്ധിച്ചാൽ രണ്ട് അവനോട് കൂടെ പോക. നിന്നോട് യാചിക്കുന്നവന് കൊടുക്കുക. വായ്പ വാങ്ങുവാൻ ഇച്ഛിക്കുന്ന വനെ ഒഴിഞ്ഞുകളയരുത്." (*വിശുദ്ധ മത്തായി* 5: 39 –42)

തിന്മയെ നന്മ കൊണ്ട് ജയിക്കുക എന്നതാണ് ക്രിസ്തു ഇവിടെ നല്കുന്ന സന്ദേശം. ഇവിടെ പ്രതികാരത്തിന് സ്ഥാനമില്ല, വിട്ടുവീഴ്ച യ്ക്ക് തയ്യാറാകുകയും വേണം. ചോദിക്കുന്നവർക്ക് ഉദാരമായി നല്കു കയും വേണം.

വ്യക്തിത്വത്തിന്റെ ഉരകല്ല് പ്രശ്നങ്ങളോടുള്ള പ്രതികരണത്തിന്റെ രീതിയാണ്. യേശു ഇവിടെ പ്രതികരണത്തിന് ഒരു മാർഗ്ഗരേഖ തരി കയാണ്. അത് മറ്റൊന്നല്ല-തിന്മയെ നന്മകൊണ്ട് നേരിടുക എന്നതാണ്.

ഈ ഉദാത്തമായ മാർഗ്ഗരേഖ സവിശേഷമായ സൗഹൃദത്തിന്റെ പാതയൊരുക്കും എന്നതിന് സംശയമില്ല. അത് വ്യക്തിപരമായി എതിർക്കുന്നവരുടെ മനസ്സിൽ നന്മയുടെ ഒരു മൃദുസ്പർശനം നല്കാനുള്ള സാദ്ധ്യത തള്ളിക്കളയാനാവില്ല.

മറ്റൊരു ഉപദേശം പണവും, സമയവും മറ്റുള്ളവർക്ക് നല്കുന്നത് സംബന്ധിച്ചാണ്. ഒരു നാഴിക വഴിപോകുന്നതിന് നിർബ്ബന്ധിച്ചാൽ രണ്ട് അവനോടുകൂടെ പോകുക എന്നത് സൗഹൃദത്തെ സംബന്ധിച്ചുള്ള മാനദണ്ഡം ആയിരിക്കണം. തിരക്കുകളുടെ ലോകത്തിൽ മനുഷ്യൻ കൂടുതൽ സ്വാർത്ഥമതികളായി മാറുന്ന ഈ കാലഘട്ടത്തിൽ മറ്റുള്ളവരുടെ സുഖത്തിലും ദു:ഖത്തിലും സജീവ പങ്കാളിത്തം ഉറപ്പാക്കികൊണ്ടുള്ള സമീപനം ഊഷ്മളമായ ഒരു സാമൂഹ്യവ്യവസ്ഥിതിക്ക് സഹായകമാകും. അത് അടിസ്ഥാനപരമായി എല്ലാ കാര്യങ്ങളിലും വ്യക്തികളുടെ മനോഭാവങ്ങൾക്ക് മാറ്റം വരുത്തുകയും ചെയ്യും. യാചിക്കുന്നവർക്ക് കൊടുക്കുക എന്നതും വായ്പ വാങ്ങാൻ ഇച്ഛിക്കുന്നവനെ ഒഴിഞ്ഞു കളയരുത് എന്നുമുള്ള ഉപദേശവുംവളരെ ഗൗരവമായി കാണേണ്ടതാണ്. നമ്മുടെ സമ്പത്ത് നമ്മുടേതല്ല എന്നും നാം കൈകാര്യം ചെയ്യുന്ന സമ്പത്ത് സമൂഹത്തിന് കൂടി അർഹതപ്പെട്ടതാണെന്നും ഉള്ള ചിന്ത എപ്പോഴും നമ്മെ നയിക്കേണ്ടതാണ്. സ്വത്തിന്റെ ഉടമസ്ഥാവകാശമല്ല പ്രത്യുത അതിന്റെ കാര്യവിചാരകത്വം ആണ് നമ്മെ ഏല്പിച്ചിട്ടുള്ളത്. നമ്മുടെ ചുറ്റുമുള്ള പാർശ്വവല്ക്കരിക്കപ്പെട്ട സമൂഹത്തോട് തുറന്ന മനസ്സോടെ ഔദാര്യപൂർവ്വം പെരുമാറുവാൻ യേശു ആഹ്വാനം ചെയ്യുന്നു. കരുതുന്നതിന് ഒരു വ്യക്തി ഉണ്ട് എന്നുള്ളത് ദുർബ്ബല ജനവിഭാഗത്തിന് നല്കുന്നത് വലിയ ആശ്വാസമാണ്,

അന്യോന്യം കരുതുന്ന, സ്നേഹിക്കുന്ന ഒരു സമാധാന സമൂഹം ആണ് യേശു ഇവിടെ വിഭാവനം ചെയ്യുന്നത്.

സ്നേഹത്തെക്കുറിച്ചുള്ള ദർശനമാണ് തുടർന്ന് യേശു വ്യക്തമാക്കിയത്.

> ഞാനോ നിങ്ങളോട് പറയുന്നത് നിങ്ങളുടെ ശത്രുക്കളെ സ്നേഹിപ്പിൻ; നിങ്ങളെ ഉപദ്രവിക്കുന്നവർക്കുവേണ്ടി പ്രാർത്ഥിപ്പിൻ; സ്വർഗ്ഗസ്ഥനായ നിങ്ങളുടെ പിതാവിന് പുത്രന്മാരായി തീരേണ്ടതിന് തന്നെ. അവൻ ദുഷ്ടന്മാരുടെമേലും, നല്ലവരുടെമേലും തന്റെ സൂര്യനെ ഉദിപ്പിക്കുകയും നീതിമാന്മാരുടെമേലും, നീതികെട്ടവരുടെ മേലും മഴ പെയ്യിക്കുകയും ചെയ്യുന്നുവല്ലോ. നിങ്ങളെ സ്നേഹിക്കുന്നവരെ സ്നേഹിച്ചാൽ നിങ്ങൾക്ക് എന്ത് പ്രതിഫലം? ചുങ്കക്കാരനും അങ്ങനെതന്നെ ചെയ്യുന്നില്ലയോ? സഹോദരന്മാരെ മാത്രം വന്ദനം ചെയ്താൽ നിങ്ങൾ എന്ത് വിശേഷം ചെയ്യുന്നു? ജാതികളും അങ്ങനെതന്നെ ചെയ്യുന്നില്ലയോ? ആകയാൽ നിങ്ങളുടെ സ്വർഗ്ഗീയപിതാവ് സൽഗുണപൂർണ്ണൻ ആയിരിക്കുന്നതുപോലെ നിങ്ങളും സൽഗുണപൂർണ്ണൻ ആകുവിൻ. (*വിശുദ്ധ മത്തായി* 5:4348).

യേശുവിന്റെ വിശ്വസ്നേഹദർശനം ആണിത്. സ്നേഹത്തിന്റെ പുതിയ തലം യേശു ഇവിടെ അനാവരണം ചെയ്യുകയാണ്. ശത്രുവിനെ സ്നേഹിക്കുകയും ഉപദ്രവിക്കുന്നവർക്കുവേണ്ടി പ്രാർത്ഥിക്കുകയും ചെയ്യുക എന്നുള്ളത് സ്നേഹത്തെ വൈകാരിക തലത്തിൽനിന്നും ഉയർത്തി ബൗദ്ധിക തലത്തിൽ ദർശിക്കുന്നു. കാരണം ശത്രുവിനെ യേശു പ്രതീക്ഷിക്കുന്ന തലത്തിൽ സ്നേഹിക്കുകയും, ശത്രുവിന് വേണ്ടി പ്രാർത്ഥിക്കുകയും ചെയ്യണമെങ്കിൽ അതിന് ബൗദ്ധികവും, ആത്മീയവുമായ അടിത്തറ ഉണ്ടായെങ്കിൽ മാത്രമേ സാധിക്കുകയുള്ളൂ. വെറും ഉപരിപ്ലവമായ പ്രാർത്ഥനയല്ല യേശു ഇവിടെ പ്രതീക്ഷിക്കുന്നത്. പ്രത്യുത ആഴമായ സ്നേഹത്തിൽനിന്നും ഉളവാകുന്ന ശക്തമായ ബോദ്ധ്യത്തിൽനിന്നും ഉള്ള അനുഭവമായിരിക്കണം അത്. കാരണം ശത്രുവിനെ മാനുഷികമായ രീതിയിൽ നമുക്ക് സ്നേഹിക്കുവാൻ കഴിയുകയില്ലല്ലോ. സ്നേഹത്തിന് വിവിധ തലങ്ങൾ ഉണ്ടല്ലോ. കുടുംബാന്തരീക്ഷത്തിൽ ഉള്ള സ്നേഹം (Storge) വികാരപരവും ലൈംഗികവുമായ സ്നേഹം (Eros) ഊഷ്മളമായതും, ആഗ്രഹിക്കത്തക്കതും, ആത്മാർത്ഥവുമായ സ്നേഹം (philia) എന്നിങ്ങനെ അതിനെ തരംതിരിക്കാം. സാധാരണ ഗതിയിൽ ചിന്തിച്ചാൽ മൂന്നാമത് സൂചിപ്പിച്ച സ്നേഹത്തിന്റെ ഭാവം ഏറ്റവും ഉദാത്തമാണ്. അത് ഹൃദയത്തിന്റെ ഉള്ളിൽനിന്നും വരുന്ന നിഷ്കളങ്കസ്നേഹമാണ്. എന്നാൽ മേൽ സൂചിപ്പിച്ച സ്നേഹത്തിന്റെ വിവിധ ഭാവങ്ങൾക്ക് അതീതമായ സ്നേഹം ആണ് ക്രിസ്തു വിവക്ഷിക്കുന്നത്. അത് ഗ്രീക്കിലെ അഗപ്പെ (Agape) എന്ന സ്നേഹമാണ്. ഈ സ്നേഹം ദൈവ സ്നേഹത്തിന്റെ പ്രതിബിംബമാണ്. അത് ശത്രുവിന്റെ നന്മ കാംക്ഷിക്കുന്നു. ശത്രുവിന്റെ നാശത്തിൽ സന്തോഷിക്കുകയും ഇല്ല. പ്രത്യുത അതിൽ തീവ്രമായും, ആത്മാർത്ഥമായും ദു:ഖിക്കണം. അഗപ്പെയുടെ മൂർത്തരൂപമായിരുന്നു യേശു.

തന്നെ ക്രൂശിൽ തറച്ചവർക്കുവേണ്ടി ക്രൂശിൽ കിടന്നുകൊണ്ട് പിതാവായ ദൈവത്തോട് യേശു അർപ്പിച്ച പ്രാർത്ഥനയാണ് സ്നേഹത്തിന്റെ ഏറ്റവും ശ്രേഷ്ഠഭാവം. യേശു നമ്മിൽനിന്നും പ്രതീക്ഷിക്കുന്നതും അതു തന്നെ. ശത്രുവിനുവേണ്ടി ആത്മാർത്ഥമായി പ്രാർത്ഥിക്കുമ്പോൾ ഉണ്ടാകുന്ന മാറ്റം ചിന്തിക്കാൻ കഴിയാത്തതാണ്. പ്രധാനമായി ഉണ്ടാകുന്ന മാറ്റം മാനുഷിക അവസ്ഥയിൽനിന്നും ദൈവിക ഭാവത്തിലേക്കുള്ള ഒരു വ്യക്തിയുടെ മാറ്റമാണ്. ശത്രുവിനുവേണ്ടി പ്രാർത്ഥിക്കുമ്പോൾ ദൈവത്തിന്റെ പുത്രന്മാരായി മാറുന്ന അവസ്ഥ യേശു ഇവിടെ പ്രഖ്യാപിക്കുകയാണ്. ദൈവം ദുഷ്ടന്മാരുടെമേലും, നല്ലവരുടെ മേലും തന്റെ സൂര്യനെ ഉദിപ്പിക്കുകയും, നീതിമാന്മാരുടെമേലും നീതികെട്ടവരുടെമേലും മഴ പെയ്യിക്കുകയും ചെയ്യുന്നു എന്ന് യേശു വിശദീകരിക്കുന്നത് ഈ പശ്ചാത്തലത്തിലാണ് മനസ്സിലാക്കേണ്ടത്. ശത്രുവിനെ സ്നേഹിക്കുകയും, ഉപദ്രവിക്കുന്നവർക്ക് വേണ്ടി പ്രാർത്ഥിക്കുകയും ചെയ്യുമ്പോൾ സ്വർഗ്ഗീയപിതാവിനെപ്പോലെ അങ്ങനെയുള്ളവർ സൽഗുണ പൂർണ്ണൻ ആയിത്തീരും. ഈ ഉദാത്ത മനോഭാവം മനുഷ്യജാതി ഉൾക്കൊള്ളുമ്പോൾ ശത്രുത്വംതന്നെ ആത്യന്തികമായി ഇല്ലാതാകും.

ദാനം, പ്രാർത്ഥന, ഉപവാസം
(വി. മത്തായി 6:1–18)

ഗിരിപ്രഭാഷണത്തിന്റെ മൂന്നാംഭാഗം ബന്ധങ്ങളിൽ സൂക്ഷിക്കേണ്ട ധാർമ്മികത വിശദമാക്കുന്നു. ദാനപ്രവൃത്തികളുടെ പിന്നിലുള്ള മനോഭാവം എന്തായിരിക്കണം, പ്രാർത്ഥനയും ഉപവാസവും എപ്രകാരമായിരിക്കണം എന്ന് യേശു ഇവിടെ വ്യക്തമാക്കുന്നു. ജീവിതത്തിൽ പലപ്പോഴും മനുഷ്യർ അറിഞ്ഞും അറിയാതെയും വീഴുന്ന കാപട്യം എന്ന കെണിക്കെതിരെയുള്ള മുന്നറിയിപ്പാണ് മൂന്നാം ഭാഗത്തെ ഈ വചനങ്ങൾ.

നല്ല പ്രവൃത്തികൾ ചെയ്യുമ്പോൾ അത് മറ്റുള്ളവർ അറിയണമെന്ന് ചിന്തിക്കാത്തവർ വിരളമാണ്. അവസരം കിട്ടിയാൽ അതിന് പരസ്യം നല്കാനും അവർ മടിക്കാറില്ല. അതുപോലെതന്നെയാണ് പ്രാർത്ഥനയുടേയും, ഉപവാസത്തിന്റെയും കാര്യവും. ആദ്ധ്യാത്മിക പരിവേഷം വർദ്ധിപ്പിക്കുന്നതിന് അവ അക്കാലത്ത് ഉപയോഗിക്കപ്പെട്ടിരുന്നു. എല്ലാ കാര്യങ്ങളിലും കമ്പോളമൂല്യം വർദ്ധിത രൂപത്തിൽ കണ്ടെത്തുന്ന ഈ കാലഘട്ടത്തിൽ വ്യക്തിത്വത്തിന്റെ പ്രതിഛായ വർദ്ധനവിനായി മേൽ സൂചിപ്പിച്ച തരത്തിലുള്ള പരീക്ഷകൾ സ്വാഭാവികമാണ്. യേശു വ്യക്തി ജീവിതത്തിൽ സംഭവിക്കാൻ സാദ്ധ്യതയുള്ള ഈ വിപത്തിനെതിരെ ഈ ഭാഗത്ത് മുന്നറിയിപ്പ് നല്കുകയാണ്. നീതിപ്രവർത്തനങ്ങളും, പ്രാർത്ഥനയും, ഉപവാസവും യാതൊരു കാരണവശാലും പ്രതിഛായ വർദ്ധനവിനുള്ള മാധ്യമങ്ങൾ ആകരുതെന്ന് യേശു ഇവിടെ നിഷ്കർഷിക്കുകയാണ്.

യേശുവിന്റെ വചനങ്ങൾ ശ്രദ്ധിക്കുക

> മനുഷ്യർ കാണേണ്ടതിന് നിങ്ങളുടെ നീതിയെ അവരുടെ മുമ്പിൽ ചെയ്യാതിരിപ്പാൻ സൂക്ഷിപ്പിൻ; അല്ലാഞ്ഞാൽ സ്വർഗ്ഗത്തിലുള്ള

നിങ്ങളുടെ പിതാവിന്റെ പക്കൽ നിങ്ങൾക്ക് പ്രതിഫലമില്ല. ആകയാൽ ഭിക്ഷകൊടുക്കുമ്പോൾ മനുഷ്യരാൽ മാനം ലഭിപ്പാൻ പള്ളികളിലും, വീഥികളിലും കപടഭക്തിക്കാർ ചെയ്യുന്നതുപോലെ നിന്റെ മുമ്പിൽ കാഹളം ഊതിക്കരുത്. അവർക്ക് പ്രതിഫലം കിട്ടിപ്പോയി എന്ന് ഞാൻ സത്യമായിട്ട് നിങ്ങളോട് പറയുന്നു. നീയോ ഭിക്ഷകൊടുക്കുമ്പോൾ നിന്റെ ഭിക്ഷ രഹസ്യത്തിലായിരിക്കേണ്ടതിന് വലങ്കൈ ചെയ്യുന്നത് എന്ത് എന്ന് ഇടങ്കൈ അറിയരുത്.രഹസ്യത്തിൽ കാണുന്ന നിന്റെ പിതാവ് നിനക്ക് പ്രതിഫലം തരും.

നിങ്ങൾ പ്രാർത്ഥിക്കുമ്പോൾ കപടഭക്തിക്കാരെപ്പോലെയാകരുത്. അവർ മനുഷ്യർക്ക് വിളങ്ങേണ്ടതിന് പള്ളികളിലും തെരുക്കോണുകളിലും നിന്നുകൊണ്ട് പ്രാർത്ഥിപ്പാൻ- ഇഷ്ടപ്പെടുന്നു. അവർക്ക് പ്രതിഫലം കിട്ടിപ്പോയി എന്ന് ഞാൻ സത്യമായിട്ട് നിങ്ങളോട് പറയുന്നു. നീയോ പ്രാർത്ഥിക്കുമ്പോൾ അറയിൽ കടന്ന് വാതിൽ അടച്ച് രഹസ്യത്തിലുള്ള നിന്റെ പിതാവിനോട് പ്രാർത്ഥിക്ക്. രഹസ്യത്തിൽ കാണുന്ന നിന്റെ പിതാവ് നിനക്ക് പ്രതിഫലം തരും. (*വി. മത്തായി* 6:1-5)

ആ കാലത്ത് യഹൂദാ വിശ്വാസം അനുസരിച്ച് 3 പ്രധാന കാര്യങ്ങൾ അനുഷ്ഠിക്കേണ്ടിയിരുന്നു - ദാനധർമ്മം, പ്രാർത്ഥന, ഉപവാസം. ഈ മൂന്ന് കാര്യങ്ങളിലും യാതൊരു തരത്തിലുള്ള ദൃശ്യഭാവവും കടന്ന് വരാൻ പാടില്ല എന്ന് യേശു ഉപദേശിക്കുന്നു. രഹസ്യസ്വഭാവം സൂക്ഷിക്കണം. മറ്റൊരർത്ഥത്തിൽ, ചെയ്യുന്ന പ്രവൃത്തിയുടെ പിന്നിലുള്ള ആന്തരിക പ്രേരകശക്തി അഥവാ മനോഭാവം ആണ് ഏറ്റവും പ്രധാനം. അത് സ്വാർത്ഥതയ്ക്കും കപടഭക്തിക്കും അതീതമായ ഉദാത്തമായ ലക്ഷ്യങ്ങളെ ഉൾകൊള്ളുന്നതാകണം.

സ്നേഹവും നന്മയും നീതിപ്രവൃത്തികളും മറ്റുള്ളവർ അറിയണമെന്ന് ചിന്തിക്കുമ്പോൾ അത് സ്നേഹമല്ലാതായി മാറുന്നു. യഥാർത്ഥ, സ്നേഹം എല്ലാ അർത്ഥത്തിലും സ്വയം മറന്ന് നന്മ ചെയ്യുന്ന ഹൃദയത്തിന്റെ അവസ്ഥാവിശേഷമാണ്. യേശു പ്രാധാന്യം നല്കുന്നത് എല്ലാ പ്രവർത്തനത്തിൻേറയും അടിസ്ഥാനമായി സ്വീകരിക്കേണ്ട ഈ ആന്തരിക താല്പര്യത്തിനാണ്. അതുകൊണ്ടാണ് മനുഷ്യർ കാണേണ്ടതിന് നീതിപ്രവൃത്തികൾ ചെയ്യാതിരിപ്പാൻ സൂക്ഷിക്കണമെന്നും, നിന്റെ ഭിക്ഷ രഹസ്യത്തിലായിരിക്കണമെന്നും, പ്രാർത്ഥന രഹസ്യത്തിലായിരിക്കണമെന്നും യേശു ശക്തമായി സംസാരിച്ചത്.

എല്ലാ പ്രവൃത്തിയുടെയും പിന്നിലുള്ള ഉദ്ദേശവും, താല്പര്യവും ദൈവം കാണുകയും, വിലയിരുത്തുകയും ചെയ്യും എന്ന ഉറപ്പ് ഈ ഭാഗത്ത് യേശു നല്കുന്നുണ്ട്. ദൈവദൃഷ്ടിയിൽ ഒന്നും മറവായിട്ടില്ല. ഈ വിശ്വാസം അന്ന് ശക്തമായിരുന്നു. സൽപ്രവൃത്തികൾ ദൈവം

വിലയിരുത്തി അംഗീകരിക്കുമെന്നും, അതിന് പ്രതിഫലം ലഭിക്കുമെന്നും ഉള്ള വിശ്വാസം അക്കാലത്ത് പ്രബലമായിരുന്നു. ദാനിയേൽ പ്രവാചകൻ നെബുഖദ്നേസർ രാജാവിനോട് പറഞ്ഞ വാക്കുകൾ ശ്രദ്ധിക്കേണ്ടതാണ്. – "ആകയാൽ രാജാവേ, എന്റെ ആലോചന തിരുമനസ്സിലേക്ക് പ്രസാദമായിരിക്കട്ടെ. നീതിയാൽ പാപങ്ങളേയും, ദരിദ്രന്മാർക്ക് കൃപ കാട്ടുന്നതിനാൽ അകൃത്യങ്ങളേയും പരിഹരിച്ചുകൊൾക." (ദാനിയേൽ 4:27)

നമ്മുടെ മരണാനന്തര ജീവിതം നിർണ്ണയിക്കപ്പെടുന്നത് വർത്തമാന കാല പ്രവർത്തനത്തിന്റെ വിലയിരുത്തലിലൂടെയാണ് എന്ന് യേശുവും സൂചിപ്പിച്ചിട്ടുണ്ട്. (മത്തായി 25 31-40)

യേശു പ്രതീക്ഷിക്കുന്ന തലത്തിലേക്ക് ഒരു വ്യക്തി മാനസികമായി ഉയരുമ്പോൾ സംഭവിക്കുന്ന ഏറ്റവും വലിയ മാറ്റം ആ വ്യക്തി പിന്നീട് പ്രതിഫലത്തെക്കുറിച്ച് ചിന്തിക്കുകപോലും ഇല്ല എന്നുള്ളതാണ്. പൂർണ്ണമായ സ്നേഹത്താൽ വിലയം പ്രാപിച്ച മനസ്സ് താൻ ചെയ്യുന്ന എല്ലാ നീതി പ്രവൃത്തികളെയും സ്വാഭാവികമായി കാണുകയും, മനുഷ്യ ജന്മത്തിലൂടെ ദൈവം പ്രതീക്ഷിക്കുന്ന കാര്യം ചെയ്യുന്നു എന്നുമാത്രം ചിന്തിക്കുകയും ചെയ്യും. എന്നാൽ പ്രതിഫലം ഒരർത്ഥത്തിൽ അങ്ങനെയുള്ളവർക്ക് ഈ ലോകത്തിൽ ജീവിക്കുമ്പോൾ തന്നെ ലഭിക്കുന്നുമുണ്ട്. അത് മറ്റൊന്നുമല്ല; നിഷ്കളങ്കമായ ആനന്ദവും, സംതൃപ്തിയും. അത് വളരെ പ്രധാനമാണ്. മുന്നോട്ടുള്ള യാത്രയ്ക്ക് അത് ഊർജ്ജം പകരും. സംശയമില്ല.

സ്വർഗ്ഗസ്ഥനായ ഞങ്ങളുടെ പിതാവേ....

യേശു ശിഷ്യഗണത്തിന് ഒരു മാതൃകാപ്രാർത്ഥന നല്കുന്നത് ശ്രദ്ധിക്കേണ്ടതാണ്. പ്രാർത്ഥനയിൽ കപടഭക്തി കടന്ന് വരരുതെന്നും, മനുഷ്യരുടെ മുമ്പിൽ ശ്രദ്ധിക്കപ്പെടേണ്ടതിന് പ്രാർത്ഥിക്കരുതെന്നും, രഹസ്യത്തിൽ പിതാവിനോട് പ്രാർത്ഥിക്കണമെന്നും, സൂചിപ്പിച്ച യേശു പ്രാർത്ഥനയിൽ ജല്പനം ചെയ്യരുതെന്നും ഉദ്ബോധിപ്പിക്കുന്നു. സാധാരണയായി പ്രാർത്ഥനയുടെ ഉള്ളടക്കം പ്രധാനമായും സ്വാർത്ഥമായ അപേക്ഷകൾ ആണെന്ന് മനസ്സിലാക്കിയ യേശു "നിങ്ങൾക്ക് ആവശ്യമുള്ളത് ഇന്നതെന്ന് നിങ്ങൾ യാചിക്കുംമുമ്പേ നിങ്ങളുടെ പിതാവ് അറിയുന്നുവല്ലോ എന്ന വ്യക്തമാക്കി. തുടർന്ന് യേശു പ്രാർത്ഥനയുടെ പൊതുസ്വഭാവത്തെക്കുറിച്ച് ഒരു രൂപരേഖ നല്കി. "നിങ്ങൾ ഈ വണ്ണം പ്രാർത്ഥിപ്പിൻ" എന്ന് പറഞ്ഞതിന് ശേഷം നല്കിയ ചുരുങ്ങിയ വാക്കുകളിലുള്ള പ്രാർത്ഥന ആഴത്തിലുള്ള ആത്മീയദർശനങ്ങൾ ഉൾക്കൊള്ളുന്നതാണ്. പ്രസ്തുത പ്രാർത്ഥന ചുവടെ ചേർക്കുന്നു.

"സ്വർഗ്ഗസ്ഥനായ ഞങ്ങളുടെ പിതാവേ,
അങ്ങയുടെ നാമം വിശുദ്ധീകരിക്കപ്പെടേണമേ,
അങ്ങയുടെ രാജ്യം വരേണമേ.
അങ്ങയുടെ ഇഷ്ടം സ്വർഗ്ഗത്തിലേപ്പോലെ ഭൂമിയിലും ആകേണമേ.
ഞങ്ങൾക്ക് ആവശ്യമുള്ള ആഹാരം ഇന്ന് തരേണമേ.
ഞങ്ങളുടെ കടക്കാരോട് ഞങ്ങൾ ക്ഷമിച്ചിരിക്കുന്നതുപോലെ
ഞങ്ങളുടെ കടങ്ങളെ ഞങ്ങളോടും ക്ഷമിക്കേണമേ.
ഞങ്ങളെ പരീക്ഷയിൽ കടത്താതെ ദുഷ്ടങ്കലിൽ നിന്നും
ഞങ്ങളെ വിടുവിക്കേണമേ.
രാജ്യവും, ശക്തിയും, മഹത്ത്വവും എന്നേക്കും
അങ്ങയ്ക്കുള്ളതല്ലോ."

(വി.മത്തായി 6: 9-14)

പ്രാർത്ഥന എങ്ങനെയായിരിക്കണമെന്ന് യേശു വളരെ ഗൗരവമായി ഇവിടെ സൂചിപ്പിക്കുകയാണ്. പ്രാർത്ഥന സമൂഹത്തിലുള്ള എല്ലാവരെയും ഉൾക്കൊള്ളുന്ന ഒന്നായിരിക്കണം. ലോകത്തെ ഒരു കുടുംബമായി കണ്ടുകൊണ്ടുള്ള സ്നേഹത്തിന്റെ ഭാവം പൂർണ്ണമായ അർത്ഥത്തിൽ ഉൾക്കൊള്ളുകയും വേണം. ആകെ 7 വാചകങ്ങൾ മാത്രം ഉൾക്കൊള്ളുന്ന ഈ ഹ്രസ്വപ്രാർത്ഥന നല്കുന്ന സന്ദേശം വളരെ വിലപ്പെട്ടതാണ്. യേശു പഠിപ്പിച്ച ഈ പ്രാർത്ഥന ക്രിസ്തുവിന്റെ സുവിശേഷത്തിന്റെ രത്നച്ചുരുക്കമാണ്. അതോടൊപ്പം ക്രിസ്തുവിന്റെ ധാർമ്മികതയുടെയും, ആന്തരിക ചേതനയുടേയും ദർശനവുമാണ്. മനുഷ്യരാശിയെ അതിരുകൾ ഇല്ലാത്ത ഒരു സമൂഹമായി ഉൾക്കൊണ്ടുകൊണ്ടുള്ള പ്രാർത്ഥനയാണിത്. ഈ പ്രാർത്ഥനയിൽ എന്റെ എന്ന വാക്ക് ഉപയോഗിക്കുന്നേയില്ല. പ്രത്യുത ഞങ്ങളുടെ എന്ന വാക്കാണ് ഉപയോഗിക്കുന്നത്.

യേശു പഠിപ്പിച്ച മാതൃകാ പ്രാർത്ഥനയ്ക്ക് 2 ഭാഗങ്ങൾ ഉണ്ട്. ഒന്നാം ഭാഗം ദൈവത്തിന്റെ മഹത്ത്വത്തെ ഓർമ്മിപ്പിക്കുന്നു. രണ്ടാംഭാഗം മനുഷ്യന്റെ അനുദിന ജീവിതയാഥാർത്ഥ്യങ്ങളുമായി ബന്ധപ്പെട്ടുള്ള അപേക്ഷകൾ ആണ്.

സ്വർഗ്ഗസ്ഥനായ ഞങ്ങളുടെ പിതാവേ എന്നുള്ള സംബോധനയിലൂടെയാണ് പ്രാർത്ഥന ആരംഭിക്കുന്നത്.

ഈ പ്രാർത്ഥനയുടെ സൗന്ദര്യം ദൈവത്തെ പിതാവായി കാണുന്നു എന്നതാണ്. ദൈവത്തിന്റെ മഹത്ത്വം മനുഷ്യബുദ്ധിക്ക് അതീതമാണ്. അഖിലാണ്ഡത്തെ നിർമ്മിച്ച, സർവ്വചരാചരങ്ങളെയും സൃഷ്ടിച്ച, കാലത്തേയും, സമയത്തേയും നിർണ്ണയിച്ച, സൂര്യനേയും ചന്ദ്രനേയും നക്ഷത്രങ്ങളേയും സൃഷ്ടിച്ച ദൈവം മനുഷ്യരാശിയുടെ പിതാവാണ് എന്നുള്ള ദർശനം നല്കുന്ന ആശ്വാസം വളരെ വലുതാണ്. ആ സ്നേഹമുള്ള പിതാവിനോട് സ്നേഹപൂർവ്വം മക്കൾ നടത്തുന്ന പ്രാർത്ഥന എന്ന കാഴ്ചപ്പാട് നല്കുന്ന സമാധാനവും, ധൈര്യവും, ഉറപ്പും സീമാതീതമാണ്. തീവ്രമായ സ്നേഹത്തിൽനിന്ന് ആരംഭിക്കുന്ന സംബോധനയെത്തുടർന്ന് ദൈവത്തിന്റെ മഹത്ത്വവും, ദൈവരാജ്യം വരേണമേ എന്നുള്ള അപേക്ഷയും, അങ്ങയുടെ ഇഷ്ടം സ്വർഗ്ഗത്തിലെപ്പോലെ ഭൂമിയിലും ആകേണമേ എന്നുള്ള പ്രാർത്ഥനയും ഉൾക്കൊള്ളുന്നു.

അങ്ങയുടെ രാജ്യം വരേണമേ എന്നുള്ള അപേക്ഷ യേശുവിന്റെ ദൗത്യത്തിന്റെ ദർശനംതന്നെ ആയിരുന്നു. ഈ പ്രാർത്ഥനയുടെ ഹൃദയഭാഗമാണ് ഈ അപേക്ഷ. യേശുവിന്റെ ജീവിത സന്ദേശത്തിന്റെ സംഗ്രഹവുമാണ് ഈ അപേക്ഷ. ദൈവരാജ്യം സ്ഥാപിക്കുക എന്നതായിരുന്നു യേശുവിന്റെ ദൗത്യം. യേശു പഠിപ്പിച്ച ഈ പ്രാർത്ഥനയിലൂടെ ദൈവരാജ്യം ആത്യന്തിക ലക്ഷ്യമാണെന്ന് യേശു ഓർമ്മിപ്പിക്കുന്നു.. ദൈവരാജ്യമെന്നത് ദൈവത്തിന്റെ ഹിതം സ്വർഗ്ഗത്തിൽ എത്രമാത്രം ആയിരിക്കുന്നുവോ അതുപോലെ ദൈവഹിത പ്രകാരം ഭൂമിയിൽ സ്ഥാപിക്കപ്പെടുന്ന സമൂഹമാണ്. ദൈവരാജ്യം നീതിയും സമാധാനവും നിറഞ്ഞ

സമൂഹമാണ്. അത് പരിശുദ്ധാത്മാവിൽ സന്തോഷവുമാണ്. യേശു വിഭാവനംചെയ്ത ദൈവരാജ്യം നീതിബന്ധങ്ങളുടെ പൂർണ്ണതയാണ്. ദൈവികനീതിയിൽ അധിഷ്ഠിതമായ സമൂഹത്തിൽ മാത്രമേ ജീവന്റെ സമഗ്രത ഉണ്ടാകുകയുള്ളൂ. അത് സമൂഹം പാപികളെന്ന് മുദ്രകുത്തി അകറ്റി നിർത്തിയിട്ടുള്ളവരെ അംഗീകരിക്കുന്ന ഇടമാണ്. മറ്റൊരർത്ഥത്തിൽ അനുതാപഹൃദയത്തോടുകൂടി കടന്നുവരുന്നവരെ സ്വീകരിക്കുന്ന കൃപയുടെ ഇടമാണ് ദൈവരാജ്യം. ദരിദ്രർ, മർദ്ദിതർ, ഇവർ സന്തോഷിക്കുന്ന ഇടമാണ് ദൈവരാജ്യം. ഇത് നീതിയിൽ അധിഷ്ഠിതമായ സമത്വ സുന്ദരരാജ്യമാണ്. നീതിയുള്ള സമൂഹത്തിൽ മാത്രമേ യഥാർത്ഥ സമാധാനം ഉള്ളൂ. നീതിക്കുവേണ്ടി നിലകൊള്ളുന്ന സമൂഹമായതിനാൽ അത് ക്രൂശിന്റെ മാർഗ്ഗവുമാണ്. അതുകൊണ്ടു അത് പോരാട്ടത്തിന്റെ മാർഗ്ഗവുമാണ്. തിന്മയുടെ ശക്തികളുടെ മേലുള്ള പോരാട്ടമാണ് ഇവിടെ ഉദ്ദേശിച്ചിട്ടുള്ളത്. ദൈവരാജ്യമെന്നത് നീതിയും, സമാധാനവും തമ്മിൽ ചുംബിക്കുന്ന ദർശനസാക്ഷാൽക്കാരമാണ്. ഈ അർത്ഥത്തിൽ നാം ചിന്തിക്കുമ്പോൾ അങ്ങയുടെ രാജ്യം വരേണമേ, അങ്ങയുടെ ഇഷ്ടം സ്വർഗ്ഗത്തിലെപ്പോലെ ഭൂമിയിലും ആകേണമേ എന്നുള്ള പ്രാർത്ഥന ക്രിസ്തുവിന്റെ ദൗത്യനിർവ്വഹണത്തിൽ ക്രിസ്തുവുമായി ചേർന്നുകൊണ്ട് പ്രവർത്തിക്കുന്നതിനുള്ള ആഗ്രഹവും, താല്പര്യവും ആണ്.

യേശു പഠിപ്പിച്ച ഈ മാതൃകാപ്രാർത്ഥനയുടെ രണ്ടാം ഭാഗത്തിൽ ബലഹീനനും, ആശ്രയബോധവുമുള്ളവനും, തന്റെ പരിമിതികളെക്കുറിച്ച് ഉത്തമബോദ്ധ്യവുമുള്ള മനുഷ്യനെ ദർശിക്കുവാൻ കഴിയും. ഞങ്ങൾക്ക് ആവശ്യമുള്ള ആഹാരം ഇന്ന് ഞങ്ങൾക്ക് നല്കേണമേ എന്നുള്ള അപേക്ഷയിൽ വ്യക്തിഗതവും, സാമൂഹ്യവുമായ ദർശനം ഉണ്ട്. വ്യക്തിഗതമായ മാനം സുവ്യക്തമാണ്. അത് മനുഷ്യന്റെ ഭൗതിക അസ്തിത്വത്തിന്റെ പ്രാഥമികമായ ആവശ്യം എന്നതാണ്. ഇതിന്റെ സാമൂഹികമാനം വളരെ പ്രധാനപ്പെട്ടതാണ്. അത് ദാരിദ്ര്യത്തോടുള്ള പ്രതികരണമാണ്. ദാരിദ്ര്യം മനുഷ്യരാശി നേരിടുന്ന ഏറ്റവും വലിയ കറുത്ത യാഥാർത്ഥ്യമാണ്. ലോകത്തിൽ ഇന്നു ഒരു വലിയ ജനവിഭാഗത്തിന് ദാരിദ്ര്യം അവരുടെ ജീവിത രിതീയായി മാറി എന്നതാണ് യാഥാർത്ഥ്യം. ലോകജനസംഖ്യയിൽ അഞ്ചിൽ ഒന്നിലധികം ആളുകൾ കടുത്ത ദാരിദ്ര്യത്തിൽ കഴിയുന്നവരാണ് എന്ന് കണക്കുകൾ സൂചിപ്പിക്കുന്നു. സമൃദ്ധിയുടെ ആധുനികലോകത്തിലെ വിരോധാഭാസമാണിത് എന്ന് ഓർക്കണം. ലോകാരോഗ്യ സംഘടനയുടെ കണക്കുകൾ അനുസരിച്ച് 5 വയസ്സിൽ താഴെയുള്ള 20,000 ൽ അധികം കുട്ടികൾ വിശപ്പ് മൂലം പ്രതിദിനം മരിക്കുന്നു. ഇതേ ലോകത്തിൽ പ്രതിവർഷം 130 കോടി ടൺ ഭക്ഷണം പാഴാക്കുകയും ചെയ്യുന്നു. ഒരു വശത്ത് കടുത്ത ദാരിദ്ര്യം. മറുവശത്ത് ഭക്ഷണത്തിന്റെ ധൂർത്ത്.

ധനിക ന്യൂനപക്ഷം ആഹാരത്തെ ആർഭാടമായി കാണുമ്പോൾ വലിച്ചെറിയുന്ന ആഹാര അവശിഷ്ടങ്ങളിൽ ഭക്ഷണം തേടുന്നവർ

ലോകത്തിന്റെ നീതിരഹിത കാഴ്ചയാണ്. വിശപ്പിനെതിരെയുള്ള പോരാട്ടത്തിന് നാം സജ്ജമായേ മതിയാകൂ. ദരിദ്രർ ആണെന്നുള്ള കാരണത്താൽ സമൂഹത്തിന്റെ മുഖ്യധാരയിൽനിന്ന് പിൻതള്ളപ്പെടുകയും, ചൂഷണത്തിന് വിധേയരാക്കപ്പെടുകയും ചെയ്യപ്പെടുന്ന ജനവിഭാഗത്തെ അവരെ അതിന് വിധേയരാക്കിക്കൊണ്ടിരിക്കുന്ന ശക്തികളിൽനിന്നും മോചിപ്പിക്കുക മാത്രമല്ല അത്തരം ശക്തികളെ നിർദ്ദാക്ഷിണ്യം പരാജയപ്പെടുത്തുകയും ചെയ്യേണ്ടത് വളരെ കാലികമായ ആവശ്യമാണ്. ദാരിദ്ര്യത്തിന് ഇന്ന് സാമ്പത്തികവശം മാത്രമല്ല ഉള്ളത്. പ്രത്യുത സ്ഥാപനപരവും, ഘടനാപരവും, രാഷ്ട്രീയവുമായ മാനങ്ങൾ ഉണ്ട്. ഈ പശ്ചാത്തലത്തിലാണ് ക്രിസ്തു പഠിപ്പിച്ച പ്രാർത്ഥനയിലെ ഈ അപേക്ഷയെ കാണേണ്ടത്. ക്രിസ്തുവിന്റെ ഈ പ്രാർത്ഥനയിൽ ലോകത്തിൽ ഉള്ള എല്ലാവർക്കും ആവശ്യമായ ആഹാരം ഇന്ന് നല്കേണമേ എന്ന് പ്രാർത്ഥിക്കാനാണ് പഠിപ്പിച്ചിട്ടുള്ളത്. ഈ അപേക്ഷയോടൊപ്പം വ്യക്തിഗതമായ ചുമതലകളും അന്തർല്ലീനമായിട്ടുണ്ട് എന്ന് വ്യക്തമാണല്ലോ. ദാരിദ്ര്യത്തിന്റെ പ്രധാനകാരണം വിഭവങ്ങളുടെ അഭാവമല്ല പ്രത്യുത ഉല്പാദനത്തിലും, വിതരണത്തിലുമുള്ള അനീതിയും ചൂഷണവും കൂടിയാണ്. ഈ തിരിച്ചറിവ് വളരെ പ്രധാനമാണ്. ക്രിസ്തു പഠിപ്പിച്ച പ്രാർത്ഥനയുടെ അന്ത:സത്ത ഉൾക്കൊള്ളുമ്പോൾ ചുറ്റുമുള്ള സമൂഹം അനുഭവിക്കുന്ന വിശപ്പിനെതിരെ നിസ്സംഗരായിരിക്കുവാൻ കഴിയുകയില്ല. മാത്രമല്ല ഭൗതികവും, ബൗദ്ധികവുമായ എല്ലാ സ്വത്തും സമൂഹത്തിന് അവകാശപ്പെട്ടതാണെന്നുമുള്ള തിരിച്ചറിവ് വിശപ്പിനെതിരെയുള്ള പോരാട്ടത്തിൽ വളരെ പ്രധാനപ്പെട്ടതുമാണ്.

ഞങ്ങളുടെ കടക്കാരോട് ഞങ്ങൾ ക്ഷമിച്ചിരിക്കുന്നതുപോലെ ഞങ്ങളുടെ കടങ്ങളെ ഞങ്ങളോടും ക്ഷമിക്കേണമേ എന്നുള്ള അപേക്ഷ ഈ പ്രാർത്ഥനയിലെ ഏറ്റവും സങ്കീർണ്ണമായ അപേക്ഷയാണ്. യേശു പഠിപ്പിച്ച ഈ പ്രാർത്ഥനയിലെ വ്യവസ്ഥയോടുകൂടിയുള്ള ഏക അപേക്ഷയും ഇത് മാത്രമാണ്. അന്യോന്യം ക്ഷമിക്കുന്ന ഒരു സമൂഹം യേശു ഇവിടെ വിഭാവനം ചെയ്യുന്നു. അന്യോന്യം സ്നേഹിക്കുന്ന സമൂഹത്തിൽ മാത്രമേ ക്ഷമിക്കുന്നതിനും കഴിയുകയുള്ളൂ. ലോകം മുഴുവൻ അന്യോന്യം കരുതുകയും സ്നേഹിക്കുകയും ചെയ്യുന്ന ഒരു കൂട്ടായ്മയായിത്തീരണം. ശരിയായ അർത്ഥത്തിൽ സഹോദരനോട് ക്ഷമിക്കാത്ത ഒരു വ്യക്തിക്ക് ഈ പ്രാർത്ഥന അർപ്പിക്കുന്നതിന് അർഹതയില്ല എന്നതാണ് വാസ്തവം. പ്രാർത്ഥന അവസാനിപ്പിച്ചതിനുശേഷമുള്ള യേശുവിന്റെ വിശദീകരണങ്ങൾ വളരെ ശ്രദ്ധിക്കേണ്ടതാണ്. “നിങ്ങൾ മനുഷ്യരോട് അവരുടെ പിഴകളെ ക്ഷമിച്ചാൽ സ്വർഗ്ഗസ്ഥനായ നിങ്ങളുടെ പിതാവ് നിങ്ങളോടും ക്ഷമിക്കും. നിങ്ങൾ മനുഷ്യരോട് പിഴകളെ ക്ഷമിക്കാഞ്ഞാലോ നിങ്ങളുടെ പിതാവ് നിങ്ങളുടെ പിഴകളേയും ക്ഷമിക്കയില്ല.” (*വി മത്തായി* 6: 14-15)

ഞങ്ങളെ പരീക്ഷയിൽ കടത്താതെ ദുഷ്ടങ്കലിൽനിന്നും ഞങ്ങളെ

വിടുവിക്കേണമേ എന്ന പ്രാർത്ഥന, പ്രലോഭനങ്ങൾ നിറഞ്ഞ ലോകത്തിൽ പരീക്ഷകളിൽ വീണുപോകാതെ കാത്തുകൊള്ളേണമേ എന്നുള്ള അപേക്ഷയായി മനസ്സിലാക്കാവുന്നതാണ്. ദൈവത്തിന്റെ സംരക്ഷണം ഇല്ലായെങ്കിൽ പ്രലോഭനങ്ങളെ അതിജീവിക്കുന്നതിന് സാദ്ധ്യമല്ല. തിന്മയുടെ ശക്തികൾ എല്ലായ്പ്പോഴും അലറുന്ന സിംഹംപോലെ തെറ്റായ താല്പര്യത്തോടുകൂടി മനുഷ്യന് ചുറ്റും ഉണ്ട്. അതുകൊണ്ട് ജീവിതം നിതാന്ത ജാഗ്രത നിറഞ്ഞതായിരിക്കണം. ജാഗ്രതക്കുറവ് വീഴ്ചയ്ക്ക് ഇടയാക്കും.

പ്രാർത്ഥനയുടെ അവസാന വാചകം ദൈവത്തിന് മഹത്ത്വം നല്കിക്കൊണ്ട് പ്രാർത്ഥന അവസാനിപ്പിക്കുന്നതാണ്. ഇവിടെ ശ്രദ്ധിക്കേണ്ട വസ്തുത യേശു പ്രാർത്ഥന ആരംഭിച്ചതും അവസാനിപ്പിച്ചതും ദൈവത്തിന് മഹത്ത്വം നല്കികൊണ്ടാണ് എന്നുള്ളതാണ്. അടിസ്ഥാനപരമായി ക്രിസ്തു പഠിപ്പിച്ച പ്രാർത്ഥനയുടെ സാരാംശം ദൈവത്തെ പിതാവായും മാനവ ജാതിയെ സഹോദരീ സഹോദരന്മാരുമായി കരുതണം എന്നുള്ളതാണ്. പ്രാർത്ഥനയിൽ സമൂഹത്തെ ഉൾക്കൊള്ളണം. ആഹാരത്തിനായുള്ള അപേക്ഷയും പ്രസക്തമാണ്. ഇവിടെ വെറുപ്പിനും, വിദ്വേഷത്തിനും സ്ഥാനമില്ല. ക്ഷമിക്കുക എന്നത് ജീവിതത്തിന്റെ ശൈലിയായി മാറണം. എല്ലാറ്റിലുമുപരി സ്നേഹത്തിന്റെ ആത്മാവ് ജീവിതത്തെ നയിക്കുകയും, വഴിനടത്തുകയും ചെയ്യണം. ജീവിതം എപ്പോഴും ദൈവത്തെ മഹത്ത്വപ്പെടുത്തുന്നതുമാകണം. ഈ മാതൃകാ പ്രാർത്ഥന എല്ലാ അർത്ഥത്തിലും ദൈവത്തിന് മനുഷ്യനെക്കുറിച്ചുള്ള താല്പര്യവും പ്രതീക്ഷയുമാണ്. അതുകൊണ്ടുതന്നെ ക്രിസ്തു പഠിപ്പിച്ച പ്രാർത്ഥന ഓരോ പ്രാവശ്യവും ഉരുവിടുമ്പോഴും അത് ഉയർത്തുന്ന ഉത്തരവാദിത്വവും വലിയതാണ്.

തുടർന്ന് ഉപവാസത്തെക്കുറിച്ച് യേശു സംസാരിച്ചു.

> ഉപവസിക്കുമ്പോൾ നിങ്ങൾ കപടഭക്തിക്കാരെപ്പോലെ വാടിയ മുഖം കാണിക്കരുത്. അവർ ഉപവസിക്കുന്നതു മനുഷ്യർക്ക് വിളങ്ങേണ്ടതിന് മുഖം വിരൂപമാക്കുന്നു. അവർക്ക് പ്രതിഫലം കിട്ടിപ്പോയി എന്ന് ഞാൻ സത്യമായിട്ട് നിങ്ങളോട് പറയുന്നു. നീയോ ഉപവസിക്കുമ്പോൾ നിന്റെ ഉപവാസം മനുഷ്യർക്കല്ല രഹസ്യത്തിലുള്ള നിന്റെ പിതാവിന് വിളങ്ങേണ്ടുന്നതിന് തലയിൽ എണ്ണ തേച്ച് മുഖം കഴുകുക. രഹസ്യത്തിൽ കാണുന്ന നിന്റെ പിതാവ് നിനക്ക് പ്രതിഫലം നല്കും. (*വി. മത്തായി.* 6: 16–19).

ആത്മീയതയിൽ പുലർത്തേണ്ട സത്യസന്ധതയാണ് ഇവിടെ പ്രസക്തവിഷയം. ഉപവാസത്തിന് യേശു അനുകൂലമായിരുന്നു. യഹൂദന്മാരുടെ പ്രധാനപ്പെട്ട ആചാരം എന്ന നിലയിൽ യേശു ഉപവാസത്തെ അംഗീകരിച്ചിരുന്നു. കുടുംബത്തിൽ ഒരു മരണം സംഭവിക്കുമ്പോഴും,

ശത്രുക്കളിൽനിന്നുള്ള വിടുതലിനും, പാപപരിഹാരത്തിനും, അനുതാപത്തിന്റെയും ഭക്തിയുടേയും നിദർശനമായും ദൗത്യനിർവ്വഹണത്തിനുള്ള ഒരുക്കമായും ഉപവസിക്കുന്ന ചരിത്രം ബൈബിളിൽ കാണാവുന്നതാണ്. ഉപവാസത്തോടുകൂടിയ പ്രാർത്ഥന ദൈവമുമ്പാകെ വളരെ വിലപ്പെട്ടതാണെന്ന് അവർ വിശ്വസിച്ചിരുന്നു. എന്നാൽ വളരെ പവിത്രമായി കരുതേണ്ട ഈ ആത്മീയ അനുഭവം കപടഭക്തിക്കാരെപ്പോലെ പ്രകടനാത്മക സ്വഭാവം ഉള്ളത് ആകരുത് എന്ന് യേശു കർശനമായി ഇവിടെ വ്യക്തമാക്കുകയാണ്. അത് ദൈവവുമായുള്ള വ്യക്തിപരമായ ഒരു അഭിമുഖം മാത്രമായിരിക്കണം. ദൈവമുമ്പാകെ ഉപവാസത്തോടും പ്രാർത്ഥനയോടും കൂടി ഹൃദയം പകരുന്ന ഉദാത്തമായ ഒരു അനുഭവമാണ് യേശു ഇവിടെ ഉദ്ദേശിച്ചിട്ടുള്ളത്.

ചുരുക്കത്തിൽ ഗിരിപ്രഭാഷണത്തിന്റെ മൂന്നാംഭാഗം ആത്മീയതയുടെ സത്യസന്ധതയ്ക്കും, നൈർമ്മല്യത്തിനും അതോടൊപ്പം മനുഷ്യബന്ധങ്ങളിൽ സൂക്ഷിക്കേണ്ട ദൈവികതയ്ക്കും മൂല്യങ്ങൾക്കും ഊന്നൽ നല്കുന്നു. ഹൃദയങ്ങളെ അറിയുന്ന ദൈവത്തിന്റെ മനുഷ്യനെക്കുറിച്ചുള്ള തീവ്രമായ പ്രതീക്ഷ ഈ ഭാഗത്തിന്റെ പ്രത്യേകതയാണ്.

അതിരുകൾ ഇല്ലാത്ത ലോകം

(മത്തായി 6: 19-7 : 29)

ഗിരിപ്രഭാഷണത്തിന്റെ 4-ാം ഭാഗം മനുഷ്യജാതിയെ കരുതുന്ന ദൈവത്തെയും ദൈവത്തിന്റെ പ്രതീക്ഷയ്ക്കനുസരിച്ചുള്ള സമൂഹ സൃഷ്ടിയേയും വരച്ചു കാട്ടുന്നു.

മനുഷ്യന്റെ ധനത്തോടുള്ള മനോഭാവം എന്തായിരിക്കണമെന്ന് യേശു പഠിപ്പിക്കുന്നു. പ്രത്യേകിച്ച് അതിഭൗതികതയുടെ ഈ യുഗത്തിൽ മൂലധനശക്തികൾ ഭയാനകമായ ധ്രുവീകരണം നടത്തുന്ന ഈ കാല ഘട്ടത്തിൽ യേശുവിന്റെ ഈ ചിന്തകൾക്ക് പ്രസക്തി വളരെയാണ്.

> പുഴുവും തുരുമ്പും കെടുത്തുകയും കള്ളന്മാർ തുരന്നു മോഷ്ടി ക്കാതെയുമിരിക്കുന്ന സ്വർഗ്ഗത്തിൽ നിക്ഷേപം സ്വരൂപിച്ചുകൊൾ വിൻ. നിന്റെ നിക്ഷേപം ഉള്ളയിടത്ത് നിന്റെ ഹൃദയവും ഇരിക്കും. ശരീരത്തിന്റെ വിളക്ക് കണ്ണ് ആകുന്നു. കണ്ണു ചൊവ്വുള്ളതെങ്കിൽ നിന്റെ ശരീരം മുഴുവനും പ്രകാശിതമായിരിക്കും. കണ്ണ് കേടുള്ള തെങ്കിലോ നിന്റെ ശരീരം മുഴുവനും ഇരുണ്ടതായിരിക്കും. എന്നാൽ നിന്നിലുള്ള വെളിച്ചം ഇരുട്ടായാൽ ആ ഇരുട്ട് എത്ര വലിയത്. രണ്ട് യജമാനന്മാരെ സേവിപ്പാൻ ആർക്കും കഴികയില്ല. അങ്ങനെ ചെയ് താൽ ഒരുത്തനെ പകച്ച് മറ്റവനെ സ്നേഹിക്കും. അല്ലെങ്കിൽ ഒരു ത്തനോട് പറ്റിച്ചേർന്ന് മറ്റവനെ നിരസിക്കും. നിങ്ങൾക്ക് ദൈവത്തേയും മാമോനേയും സേവിക്കാൻ കഴിയുകയില്ല. (മത്തായി 6:19-24).

അതിഭൗതികതയുടെ മദ്ധ്യത്തിൽ ശരിയായ തെരഞ്ഞെടുപ്പ് വളരെ സങ്കീർണ്ണമാണ്. ജീവിതത്തിൽ അനുവർത്തിക്കേണ്ട മൂല്യബോധം ആണ് ഇവിടെ പ്രസക്തം. സ്വത്വ പ്രതിസന്ധി ഉണ്ടാകാതെ ശരിയായി ട്ടുള്ള കാഴ്ചപ്പാട് സ്വീകരിക്കേണ്ടതിന്റെ ആവശ്യകത യേശു സൂചി പ്പിക്കുന്നു. വളരെ ക്ഷണികമായ ജീവിതത്തിൽ യഥാർത്ഥ നിക്ഷേപം എന്താണ്? ഇത് മനുഷ്യന്റെ അസ്തിത്വത്തെക്കുറിച്ചുള്ള കാഴ്ചപ്പാട് വിശ

ദമാക്കുന്നു. വ്യക്തിത്വത്തിന്റെ അളവുകോൽ ഓരോ വ്യക്തിയുടെയും ചിന്തകൾ തന്നെ. ഉയർന്ന ചിന്തയാണ് ഏറ്റവും വലിയ ധനം. അത് മനുഷ്യജീവിതത്തിന്റെ മുൻഗണനകളെ പുനർനിർവ്വചിക്കും. ഈ പ്രക്രിയ വളരെ പ്രധാനമാണ്. സ്വർഗ്ഗത്തിൽ നിക്ഷേപം സ്വരൂപിക്കുന്നതിനെക്കുറിച്ച് യേശു ധനവാനായ ഒരു യുവാവിനോട് പറഞ്ഞിട്ടുള്ളത് ഇവിടെ പ്രസക്തമാണ്. ഒരിക്കൽ യേശുവിന്റെ അടുക്കൽ നിത്യജീവനെ അവകാശമാക്കുന്നതിന് താൻ എന്ത് ചെയ്യണം എന്ന് ചോദിച്ചുകൊണ്ട് സമീപിച്ച യുവാവിനോടുള്ള യേശുവിന്റെ പ്രതികരണം ശ്രദ്ധിക്കേണ്ടതാണ്. ഈ യുവാവ് നല്ല ആഗ്രഹം ജീവിതത്തിൽ ഉള്ള വ്യക്തിയായിരുന്നു. വ്യക്തിപരമായി ഒരു തെറ്റും ചെയ്യാത്ത ആളും ആയിരുന്നു. സൽഗുണപൂർണ്ണൻ ആകുവാൻ ഇച്ഛിച്ച ഈ യുവാവിനോട് യേശു സ്നേഹത്തോടെ പറഞ്ഞു. ‘‘ഒരു കുറവ് നിനക്കുണ്ട്. നീപോയി നിനക്കുള്ളത് എല്ലാംവിറ്റ് ദരിദ്രർക്ക് കൊടുക്കുക; എന്നാൽ നിനക്ക് സ്വർഗ്ഗത്തിൽ നിക്ഷേപം ഉണ്ടാകും.” (മത്തായി 10: 17-21).

ധനത്തോടുള്ള മനുഷ്യന്റെ മനോഭാവവും അതിന്റെ വിനിയോഗവും ആണ് ഒരു വ്യക്തിയുടെ സ്വർഗ്ഗത്തിലെ നിക്ഷേപത്തിന്റെ അടിസ്ഥാനം. ധനത്തിന്റെ ഉടമസ്ഥത ദൈവത്തിനാണെന്നും അതിന്റെ കാര്യവിചാരകത്വം മാത്രമേ മനുഷ്യന് അനുവദിച്ചിട്ടുള്ളൂവെന്നും അത് സമൂഹത്തിലെ ദരിദ്രർക്കും, ദുർബ്ബലർക്കും, പാർശ്വവല്ക്കരിക്കപ്പെട്ട ജനതയ്ക്കും അവകാശപ്പെട്ടതാണെന്നും ഉള്ള ഉൾവിളിയോടെ പ്രവർത്തിക്കുമ്പോൾ സ്വർഗ്ഗത്തിൽ നിക്ഷേപം സ്വരൂപിക്കപ്പെടും. അപ്പോൾ സ്വാഭാവികമായി അങ്ങനെയുള്ള മനുഷ്യന്റെ ഹൃദയത്തിന്റെ ഭാവവും ഉയരത്തിലായിരിക്കും. കാരണം നിക്ഷേപമുള്ളയിടത്ത് മനുഷ്യന്റെ ഹൃദയവും ഇരിക്കും. ഇതിനോടനുബന്ധിച്ചാണ് യേശു സൂചിപ്പിച്ച പ്രകാശത്തെ പറ്റിയും ചിന്തിക്കേണ്ടത്. നമ്മുടെ കണ്ണ് ദൈവിക ചിന്തകളുടെ വാതായനമാകണം. നല്ല കാഴ്ചകൾ നല്ലചിന്ത ഉണർത്തും. നല്ലചിന്ത നല്ല പ്രവർത്തനമായി മാറും. ആത്യന്തികമായി അങ്ങനെയുള്ള മനുഷ്യൻ മറ്റുള്ളവർക്ക് പ്രകാശവുമായിത്തീരും.

നിക്ഷേപത്തെക്കുറിച്ചുള്ള ശരിയായ ദർശനം തെരഞ്ഞെടുക്കേണ്ട യജമാനനെക്കുറിച്ചും വ്യക്തമായ ഉൾക്കാഴ്ച നല്കും. അത് ജീവിതത്തിൽ ദൈവത്തെയാണോ മാമോനെയാണോ (ധനം) ആശ്രയിക്കേണ്ടത് എന്നതിനെക്കുറിച്ച് ധാരണ രൂപപ്പെടുത്തുന്നതിനാകും. ദരിദ്രരെ കരുതുന്നതിലൂടെ സ്വർഗ്ഗീയ നിക്ഷേപം സ്വരൂപിക്കാനാകുമെന്ന് ബോദ്ധ്യപ്പെടുന്ന വ്യക്തി ദൈവത്തെ മാത്രമേ സേവിക്കുകയുള്ളൂ. മാമോനെ (ധനം) സേവിക്കുകയില്ല. പക്ഷേ, ലോകം ഇന്ന് മറിച്ചാണ്, ചിന്തിക്കുന്നത്. കമ്പോള സംസ്കാരം നിയന്ത്രിക്കുന്ന ലോകത്തിൽ ജീവിത മൂല്യത്തിന് ഇന്ന് സ്ഥാനമേയില്ല. ലോകം ഇന്ന് മാമോന്റെ നിയന്ത്രണത്തിലാണ്. ദൈവത്തേയും മാമോനേയും സേവിക്കാൻ ശ്രമിക്കുന്നവരും കുറവല്ല. അത്തരം ശ്രമങ്ങൾ പരാജയപ്പെടുകയേ ഉള്ളൂ എന്ന് പറയേണ്ടതില്ലല്ലോ. രണ്ട് യജമാനന്മാരെ ആർക്കും സേവിക്കാൻ കഴിയുകയില്ല. അത് രണ്ട് വഞ്ചിയിൽ കാൽവെച്ച് യാത്രചെയ്യുന്നതിന് സമം.

സ്വർഗ്ഗത്തിൽ നിക്ഷേപം സ്വരൂപിക്കുന്ന വ്യക്തി സഹജീവികളെ കരുതുന്നവൻ ആയിരിക്കും. ഈ കരുതൽ ആണല്ലോ നിക്ഷേപമായി മാറുന്നത്. ഇങ്ങനെയുള്ള വ്യക്തികളെ കരുതുന്നത് ദൈവമാണ്. യേശുവിന്റെ വാക്കുകൾ ശ്രദ്ധിക്കുക.

അതുകൊണ്ട് ഞാൻ നിങ്ങളോട് പറയുന്നത്.

> എന്ത് തിന്നും, എന്ത് കുടിക്കും എന്ന് നിങ്ങളുടെ ജീവനായി കൊണ്ടും എന്ത് ഉടുക്കും എന്ന് ശരീരത്തിനായികൊണ്ടും വിചാരപ്പെടരുത്. ആഹാരത്തേക്കാൾ ജീവനും ഉടുപ്പിനേക്കാൾ ശരീരവും വലുതല്ലയോ. ആകാശത്തിലെ പറവകളെ നോക്കുവിൻ. അവ വിതയ്ക്കുന്നില്ല. കൊയ്യുന്നില്ല. കളപ്പുരയിൽ കൂട്ടിവെക്കുന്നതുമില്ല. എങ്കിലും സ്വർഗ്ഗസ്ഥനായ നിങ്ങളുടെ പിതാവ് അവയെ പുലർത്തുന്നു. അവയേക്കൾ നിങ്ങൾ ഏറ്റവും വിശേഷതയുള്ളവരല്ലയോ? വിചാരപ്പെടുന്നതിനാൽ തന്റെ നീളത്തോട് ഒരു മുഴം കൂട്ടുവാൻ നിങ്ങളിൽ ആർക്കു കഴിയും? ഉടുപ്പിനെക്കുറിച്ച് വിചാരപ്പെടുന്നതും എന്ത്? വയലിലെ താമര എങ്ങനെ വളരുന്നു എന്ന് നിരൂപിപ്പിൻ. അവ അദ്ധ്വാനിക്കുന്നില്ല, നൂല്ക്കുന്നതുമില്ല. എന്നാൽ ശാലോമോൻപോലും തന്റെ സർവ്വമഹത്വത്തിലും ഇവയിൽ ഒന്നിനോടും ചമഞ്ഞിരുന്നില്ല എന്ന് ഞാൻ നിങ്ങളോട് പറയുന്നു. ഇന്നുള്ളതും നാളെ അടുപ്പിൽ ഇടുന്നതുമായ വയ ലിലെ പുല്ലിനെ ദൈവം ഇങ്ങനെ ചമയിക്കുന്നു എങ്കിൽ അല്പ വിശ്വാസികളെ നിങ്ങളെ എത്ര അധികം. ആകയാൽ നാം എന്ത് തിന്നും, എന്ത് കുടിക്കും എന്തു ഉടുക്കും എന്നിങ്ങനെ നിങ്ങൾ വിചാരപ്പെടരുത്. സ്വർഗ്ഗസ്ഥനായ നിങ്ങളുടെ പിതാവ് ഇതൊക്കെയും നിങ്ങൾക്ക് ആവശ്യം എന്ന് അറിയുന്നുവല്ലോ. മുമ്പേ അവന്റെ രാജ്യവും നീതിയും അന്വേഷിപ്പിൻ; അതോടുകൂടെ ഇതൊക്കെയും നിങ്ങൾക്ക് കിട്ടും. അതുകൊണ്ട് നാളേക്കായി വിചാരപ്പെടരുത്. നാളത്തെ ദിവസം തനിക്കായി വിചാരപ്പെടുമല്ലോ. അതതു ദിവസത്തിന് അന്നന്നത്തെ ക്ലേശം മതി. (മത്തായി 6:25-34)

മനുഷ്യന്റെ നീറുന്ന ജീവൽപ്രശ്നങ്ങളെ ഏറ്റെടുക്കുന്ന യേശുവിനെ ഇവിടെ ദർശിക്കാം. ഗിരിപ്രഭാഷണത്തിലെ ഏറ്റവും ഹൃദ്യമായ ഭാഗങ്ങളിൽ ഒന്നാണിത്. യേശുവിന്റെ ഭാഷ ലളിതവും, സുന്ദരവും, വളരെ പരിചിതവുമായ ബിംബങ്ങൾ ഉൾക്കൊള്ളുന്നതുമായിരുന്നു. വിതയ്ക്കുകയും, കൊയ്യുകയും, കളപ്പുരകളിൽ കൂട്ടിവെക്കുകയും ചെയ്യാത്ത പറവകൾ, വയലിലെ താമര, വയലിലെ പുല്ല് - പ്രകൃതിയിലെ ചിര പരിചിത ഭാവങ്ങൾ യേശു ദൈവമഹത്വത്തിന്റെ മർമ്മങ്ങളായി ചിത്രീകരിക്കുന്നു. പ്രകൃതിയെ അത്ഭുതകരമായി പരിപാലിക്കുന്ന ദൈവം തീർച്ച യായും മനുഷ്യനെ അതിലധികമായി കരുതും എന്ന് ഉറപ്പ് നല്കുകയാണ്.

ആകുലതകളുടെ ലോകം. നാളെയെക്കുറിച്ച് വേവലാതിപ്പെടുന്ന സമൂഹം. കരുതുന്ന ദൈവത്തിലുള്ള വിശ്വാസരാഹിത്യമാണ് ആകുല ചിന്തയ്ക്ക് അടിസ്ഥാനം. മറ്റൊരു കാരണം അമിതമായ ഭൗതിക താല്

പര്യങ്ങളാണ്. ഒരു കുഞ്ഞ് തന്റെ പിതാവിനെ വിശ്വസിക്കുന്നതുപോലെ ദൈവത്തെ പൂർണ്ണമായി ആശ്രയിക്കുമ്പോൾ ഇന്നിന്റെ സാദ്ധ്യതകൾ കണ്ടെത്തി ആഘോഷിക്കാനും, നാളെയെ പ്രതീക്ഷയോടുകൂടി കാത്തിരിക്കാനും ആകും. നിങ്ങൾ വിചാരപ്പെടരുത് എന്ന് പറയുന്ന യേശു തുടർന്ന് പറയുന്നത് സ്വർഗ്ഗസ്ഥനായ നിങ്ങളുടെ പിതാവ് ഇതൊക്കെയും നിങ്ങൾക്ക് ആവശ്യം എന്ന് അറിയുന്നുവല്ലോ എന്നാണ്. മനുഷ്യൻ ചിന്തിക്കുന്നതിന് മുമ്പേ അവന്റെ ആവശ്യങ്ങൾ അറിയുന്ന ദൈവം.

ആകുല ചിന്തയുടെ മോചനത്തിനായി യേശു നിർദ്ദേശിച്ചിട്ടുള്ള മാർഗ്ഗം സൃഷ്ടിപരമായ ഒരു കർമ്മപദ്ധതിയാണ്. അത് ദൈവത്തിന്റെ രാജ്യവും നീതിയും അന്വേഷിക്കുന്ന പ്രക്രിയ ആണ്. ദൈവരാജ്യ വ്യവസ്ഥിതിക്കായി സമർപ്പിക്കുന്നത് ത്യാഗത്തിന്റെ പാതയാണ്. ദൈവരാജ്യം നീതിയുടെ മാർഗ്ഗമാണ്. നീതിയുടെ മാർഗ്ഗം കുരിശിന്റെ പാതയുമാണ്. ഇപ്രകാരം സമർപ്പിക്കപ്പെട്ട ജീവിതങ്ങൾക്ക് ദൈവം തുണയായിട്ടുണ്ട്. അത് സംശയരഹിതമായി യേശു വ്യക്തമാക്കി. നീതിയുടേയും സമാധാനത്തിന്റെയും പൂർണ്ണതയിൽ ദൈവരാജ്യം അന്വേഷിക്കുന്നവർ തീർച്ചയായും ദൈവത്തിന്റെ പൈതങ്ങൾ തന്നെയാണ്. അങ്ങനെയുള്ള പിതൃപുത്രബന്ധം സ്നേഹത്തിന്റെയും പ്രതീക്ഷയുടേയും വിശുദ്ധ ബന്ധവുമാണ്. അഖിലാണ്ഡത്തെ അതിന്റെ മനോഹാരിതയിൽ കാക്കുന്ന ദൈവം മനുഷ്യന് നല്കുന്ന സ്നേഹം നിറഞ്ഞ സന്ദേശം നാളെയെക്കുറിച്ച് വിചാരപ്പെടാതെ ജീവിക്കുന്നതിനാണ്.

യേശു മനുഷ്യനെക്കുറിച്ചുള്ള പ്രതീക്ഷകൾ വീണ്ടും പങ്കുവെക്കുകയാണ്. വ്യക്തിബന്ധങ്ങളിൽ സൂക്ഷിക്കേണ്ട ഉയർന്ന മാനദണ്ഡങ്ങൾ യേശു വ്യക്തമാക്കുന്നു.

> നിങ്ങൾ വിധിക്കപ്പെടാതിരിക്കേണ്ടതിന് വിധിക്കരുത്. നിങ്ങൾ വിധിക്കുന്ന വിധിയാൽ നിങ്ങളേയും വിധിക്കും. നിങ്ങൾ അളക്കുന്ന അളവിനാൽ നിങ്ങൾക്കും അളന്ന് കിട്ടും. എന്നാൽ സ്വന്തകണ്ണിലെ കോൽ ഓർക്കാതെ സഹോദരന്റെ കണ്ണിലെ കരട് നോക്കുന്നത് എന്ത്? അല്ല സ്വന്തം കണ്ണിൽ കോൽ ഇരിക്കെ നീ സഹോദരനോട് നില്ക്ക, നിന്റെ കണ്ണിൽനിന്നും കരട് എടുത്തുകളയട്ടെ എന്ന് പറയുന്നത് എങ്ങനെ? കപടഭക്തിക്കാരാ, മുമ്പെ സ്വന്തം കണ്ണിൽ നിന്ന് കോൽ എടുത്തുകളക. പിന്നെ സഹോദരന്റെ കണ്ണിൽ നിന്ന് കരട് എടുത്തു കളവാൻ വെടിപ്പായികാണും. (മത്തായി 7: 1–5)

വിധിക്കുക എന്നത് ഒരു ആന്തരിക രോഗത്തിന്റെ ലക്ഷണമാണ്. മറ്റുള്ളവരെ വിധിക്കുകയും, അവരിലെ കുറവുകൾ കണ്ടെത്തുകയും, അവയെ പർവ്വതീകരിക്കുകയും, അതിന് വേണ്ട പ്രചരണം നല്കുകയും ചെയ്യുന്നത് മനുഷ്യന്റെ സഹജമായ ദുർവ്വാസനയാണ്. പരദൂഷണവും, തേജോവധവും എല്ലാ തലങ്ങളിലും ഇന്ന് ശക്തമാണ്. ഇതിന് കുബേരകുചേല വ്യത്യാസം ഇല്ല. ലിംഗ വ്യത്യാസവും ഇല്ല. എതിരാളികളെ തകർക്കാനുള്ള ഏറ്റവും

വലിയ ആയുധമായി പരദൂഷണം മാറിക്കഴിഞ്ഞു എന്നത് വേദിനിപ്പിക്കുന്ന യാഥാർത്ഥ്യമാണ്.

മറ്റുള്ളവരെ വിധിക്കുക എന്നതിന്റെ പിന്നിലെ വികാരം സ്വയ നീതീകരണവും അഹന്തയുമാണ്. മറ്റുള്ളവരെ സമൂഹത്തിൽ ചെറുതാക്കി കാണിക്കുന്നതിനുള്ള താല്പര്യമാണ് ഇതിന് കാരണം. എന്നാൽ യേശു വളരെ വ്യക്തമായി സൂചിപ്പിക്കുന്ന വസ്തുത ഓരോ പ്രാവശ്യം വിധിക്കുമ്പോഴും അങ്ങനെയുള്ളവർ സ്വയം വിധിക്കുകയാണ് എന്നതാണ്. ഇത് ഇരുവായ്ത്തലയുള്ള വാൾ ആണ്. മറ്റുള്ളവരെ വിധിക്കുന്നതിന് സ്വീകരിച്ച അതേ മാന ദണ്ഡം തന്നെയാണ് ആ വ്യക്തിയെ വിധിക്കുന്നതിനും ദൈവം സ്വീകരിക്കുന്നത്. അളക്കുന്ന അളവിനാൽ അളന്ന് കിട്ടുന്ന അവസ്ഥ.

ബൈബിളിൽ റോമർക്ക് എഴുതിയ ലേഖനത്തിലെ വാക്കുകൾ ശ്രദ്ധിക്കുക:

"അന്യനെ വിധിക്കുന്നതിൽ നീ നിന്നെത്തന്നെ കുറ്റം വിധിക്കുന്നു. വിധിക്കുന്ന നീ അതുതന്നെ പ്രവർത്തിക്കുന്നുവല്ലോ. എന്നാൽ ആ വക പ്രവർത്തിക്കുന്നവരുടെ നേരെ ദൈവത്തിന്റെ വിധി സത്യാനുസരണമായി രിക്കുന്നു എന്ന് നാം അറിയുന്നു. ആ വക പ്രവർത്തിക്കുന്നവരെ വിധി ക്കുകയും അതുതന്നെ പ്രവർത്തിക്കുകയും ചെയ്യുന്ന മനുഷ്യാ, നീ ദൈവ ത്തിന്റെ വിധിയിൽനിന്നും തെറ്റി ഒഴിയും എന്ന് നിനയ്ക്കുന്നുവോ?" (റോമർ 2: 1–3)

ബൈബിളിൽ യാക്കോബിന്റെ ലേഖനത്തിൽ ഈ ആശയം തന്നെ ശക്തിയായി സൂചിപ്പിച്ചിട്ടുണ്ട്.

"സഹോദരന്മാരെ വിധിക്കപ്പെടാതിരിക്കുവാൻ ഒരുവന്റെ നേരെ ഒരുവൻ പിറുപിറുക്കരുത്. ഇതാ ന്യായാധിപതി വാതില്ക്കൽ നില് ക്കുന്നു." (യാക്കോബ് 5:9)

മറ്റുള്ളവരെ വിധിക്കുന്നതിന് മുമ്പ് ഓരോ വ്യക്തിയും ഒരു നിമിഷം ചിന്തിക്കേണ്ടതുണ്ട്. മറ്റുള്ളവരെ വിധിക്കാനും വിമർശിക്കാനും ധാർമ്മിക കരുത്ത് തനിക്ക് ഉണ്ടോ? വിമർശനത്തിന് വിധേയമായവരുടെ സാഹ ചര്യം എന്തായിരുന്നു? താനായിരുന്നെങ്കിൽ ആ സ്ഥാനത്ത് എങ്ങനെ പ്രവർത്തിക്കുമായിരുന്നു? വീഴ്ചകൾ സംഭവിച്ചിട്ടുണ്ടെങ്കിൽ അത് മന:പൂർവ്വമാണോ? എന്തെങ്കിലും മുൻവിധി തന്നെ ഭരിക്കുന്നുണ്ടോ? ഇതെല്ലാം ചിന്തിക്കേണ്ട വസ്തുതകൾ ആണ്.

യേശുവിന്റെ അടുക്കൽ വ്യഭിചാരത്തിൽ പിടിക്കപ്പെട്ട ഒരു സ്ത്രീയെ കൊണ്ടുവന്ന് നടുവിൽ നിർത്തികൊണ്ട് പരിശന്മാരും, ശാസ്ത്രിമാരും യേശുവിനോട് മോശയുടെ ന്യായപ്രമാണത്തിൽ ഇങ്ങനെയുള്ളവരെ കല്ലെറിയണം എന്ന് കല്പിച്ചിരിക്കുന്നു എന്നും യേശുവിന്റെ അഭിപ്രായം ഇതേക്കുറിച്ച് എന്താണെന്നും ആരായുന്ന സംഭവം ഇവിടെ പ്രസക്ത മാണ്. യേശുവിന്റെ മറുപടി,

നിങ്ങളിൽ പാപമില്ലാത്തവൻ അവളെ ഒന്നാമത് കല്ലെറിയട്ടെ

എന്നായിരുന്നു. അല്പ സമയത്തിനുള്ളിൽ മനഃസാക്ഷിക്കുത്ത് കാരണം എല്ലാവരും അവിടം വിട്ടുപോയി. യേശുവും, സ്ത്രീയും മാത്രം അവശേഷിച്ചു. യേശു അവളോട്, ആരും നിനക്ക് ശിക്ഷ വിധി ച്ചില്ലയോ എന്ന് ചോദിച്ചു. ഇല്ല കർത്താവേ എന്ന് അവൾ മറുപടി യും നല്കി. ഇനി പാപം ചെയ്യരുത് എന്ന് യേശു അവളോട് പറഞ്ഞു. ഈ സംഭവം വിധിക്കുക എന്ന പ്രക്രിയയ്ക്ക് സാധകപാഠം ആകേണ്ടതാണ്. (യോഹന്നാൻ 8:1-11)

വിധിക്കുക എന്നതിൽനിന്നും മോചനം ലഭിക്കണമെങ്കിൽ ഓരോ രുത്തർക്കും സ്വയാവബോധം ആവശ്യമാണ്. ഈ ആത്മജ്ഞാനം വളരെ പ്രധാനമാണ്. ഈ ആന്തരിക കണ്ടെത്തൽ വിശുദ്ധിയിലേക്കുള്ള ഒരു തീർത്ഥയാത്രയാണ്. ഈ യാത്രയ്ക്കായി സ്വയം സമർപ്പിക്കണമെങ്കിൽ ദൈ വസാന്നിദ്ധ്യത്തെക്കുറിച്ചുള്ള ബോദ്ധ്യം അത്യാവശ്യമാണ്. ആ ബോദ്ധ്യം ലഭിക്കുന്ന വ്യക്തിക്ക് സ്വന്ത കണ്ണിലെ കോൽ കാണാൻ കഴിയും. അപ്പോൾ സഹോദരന്റെ കണ്ണിലെ കരട് പ്രശ്നമായി തീരുകയും ഇല്ല.

യേശു ഇവിടെ അടിവരയിടുന്ന വസ്തുത സ്നേഹം നിറഞ്ഞ സമൂഹസൃഷ്ടി എന്നുള്ളതാണ്. ഒരു വ്യക്തിയെ യഥാർത്ഥത്തിൽ സ്നേ ഹിക്കുന്നുവെങ്കിൽ ആ വ്യക്തിയുടെ തെറ്റിന് ആരും പ്രചാരണം നല്കു കയില്ല. രഹസ്യത്തിൽ സമീപിച്ച് തെറ്റ് തിരുത്തുന്നതിന് നിർദ്ദേശി ക്കുകയും, പ്രേരിപ്പിക്കുകയും മാത്രമേ ചെയ്യുകയുള്ളൂ. യേശു പ്രതീ ക്ഷിക്കുന്നത് ഈ തരത്തിൽ ദൈവിക സ്വഭാവം ഉൾക്കൊണ്ടുകൊണ്ട് കരുണയോടെ ആർദ്രതയോടെ കരുതുന്ന ഒരു സമൂഹ സൃഷ്ടിയാണ്. ദൈവത്തെ സ്നേഹിക്കുന്ന വ്യക്തിക്ക് അയൽക്കാരനേയും സ്നേ ഹിക്കാൻ കഴിയും. ദൈവം കരുണാപൂർണ്ണൻ ആയിരിക്കുന്നതുപോലെ ഓരോ വ്യക്തിയും കരുണയുള്ളവരാകണമെന്നു യേശു പ്രതീ ക്ഷിക്കുന്നു. അങ്ങനെയുള്ളവർ നീതിനിർവ്വഹണത്തിലും കരുണയോടെ പ്രവർത്തിക്കും. അതോടൊപ്പം തെറ്റിൽ അകപ്പെട്ടവരെ രൂപാന്തരത്തിന്റെ അനുഭവത്തിലേക്ക് കൈപിടിച്ച് നടത്തുകയും ചെയ്യും.

തുടർന്ന് യേശു വിവേചന ബുദ്ധിയോടെ പ്രവർത്തിക്കേണ്ടതിന്റെ പ്രാധാന്യവും ഊന്നിപ്പറയുന്നു. "വിശുദ്ധമായത് നായ്ക്കൾക്ക് കൊടു ക്കരുത്. നിങ്ങളുടെ മുത്തുകളെ പന്നികളുടെ മുമ്പിൽ ഇടുകയും അരുത്. അവ കാൽകൊണ്ട് അവയെ ചവിട്ടുകയും, തിരിഞ്ഞ് നിങ്ങളെ ചീന്തിക്കളയുകയും ചെയ്യുവാൻ ഇട വരരുത്." (മത്തായി 7:6)

ദൈവീക ദാനങ്ങളുടേയും മൂല്യങ്ങളുടേയും ദർശനങ്ങളുടേയും അടി സ്ഥാനത്തിൽ ബുദ്ധിയോടുകൂടിയ പ്രവർത്തനം സാമൂഹ്യബന്ധങ്ങളിൽ വളരെ പ്രധാനമാണ് എന്ന് യേശു സൂചിപ്പിച്ചു. പാത്രമറിഞ്ഞ് മാത്രമേ വിളമ്പാവൂ എന്ന് സാരം.

ദൈവത്തെ പിതാവായി ദർശിച്ചുകൊണ്ട് ദൈവസന്നിധിയിൽ യാചി ക്കുവാനും, അന്വേഷിക്കുവാനും, മുട്ടുവാനും യേശു ആഹ്വാനം ചെയ്യുകയാണ്.

യാചിപ്പിൻ എന്നാൽ നിങ്ങൾക്ക് കിട്ടും. അന്വേഷിപ്പിൻ എന്നാൽ നിങ്ങൾ കണ്ടെത്തും. മുട്ടുവിൻ എന്നാൽ നിങ്ങൾക്ക് തുറക്കും.

> യാചിക്കുന്ന ഏവനും ലഭിക്കും അന്വേഷിക്കുന്നവൻ കണ്ടെത്തുന്നു. മുട്ടുന്നവന് തുറക്കും. മകൻ അപ്പം ചോദിച്ചാൽ അവന് കല്ല് കൊടുക്കുന്ന മനുഷ്യൻ നിങ്ങളിൽ ആരുണ്ട്. മീൻ ചോദിച്ചാൽ അവന് പാമ്പിനെ കൊടുക്കുമോ? അങ്ങനെ ദോഷികളായ നിങ്ങൾ നിങ്ങളുടെ മക്കൾക്ക് നല്ല ദാനങ്ങളെ കൊടുപ്പാൻ അറിയുന്നുവെങ്കിൽ സ്വർഗ്ഗസ്ഥനായ നിങ്ങളുടെ പിതാവ് തന്നോട് യാചിക്കുന്നവർക്ക് നന്മ എത്ര അധികം കൊടുക്കും. (മത്തായി 7: 7–11).

പിതൃ - പുത്രബന്ധത്തിന്റെ മനോഹരമായ ഈ ചിത്രീകരണം സൂക്ഷ്മമായി പഠിക്കേണ്ടതാണ്. നിരന്തരമായ പ്രാർത്ഥനകൾക്കും, യാചനകൾക്കും മറുപടി ഉണ്ട് എന്നുള്ളത് ശക്തിദായകമാണ്. ദു:ഖം നിറഞ്ഞ ലോകത്തിൽ ആശ്വാസത്തിന്റെയും, പ്രതീക്ഷയുടേയും വാക്കുകളാണ് യേശുവിന്റേത്. പക്ഷേ, യേശു വരികൾക്കിടയിലൂടെ പ്രാർത്ഥനയുടെ സ്വഭാവം എന്തായിരിക്കണമെന്ന് സൂചിപ്പിക്കുന്നു. പ്രാർത്ഥനയുടെ വിഷയങ്ങൾ അഥവാ യാചനകൾ വിവേചന ബുദ്ധിയോടുകൂടിയതും, നീതി പൂർവ്വകവും ആയിരിക്കണം. അതുകൊണ്ടാണ് യേശു പറഞ്ഞത്, മകൻ അപ്പം ചോദിച്ചാൽ കല്ല് കൊടുക്കുന്ന മനുഷ്യൻ നിങ്ങളിൽ ആരുണ്ട്? മീൻ ചോദിച്ചാൽ അവന് പാമ്പിനെ കൊടുക്കുമോ? ഇത്തരം നീതിപൂർവ്വമായ അപേക്ഷകളിന്മേൽ മനുഷ്യൻ തന്റെ മക്കൾക്ക് നല്ല ദാനങ്ങളെ കൊടുക്കുവാൻ അറിയുന്നുവെങ്കിൽ സ്വർഗ്ഗസ്ഥനായ പിതാവ് തന്നോട് യാചിക്കുന്നവർക്ക് നന്മ എത്ര അധികം നല്കും എന്ന് ഉദ്ബോധിപ്പിക്കുന്നു. വിചാരിക്കുന്നതിലും ചിന്തിക്കുന്നതിലും അധികമായി കരുതുന്ന ദൈവം. ഈ ലോകത്തിൽ ജീവിക്കുമ്പോൾ മനുഷ്യന്റെ പരിശ്രമം കൊണ്ട് മാത്രം വിജയകരമായി ജീവിക്കുവാൻ ആകില്ല. ദൈവത്തിന്റെ കൈയൊപ്പ് മനുഷ്യന്റെ ജീവിതത്തിനാവശ്യമാണ്. അത്യാവശ്യവും ആർഭാടവും തമ്മിൽ വേർതിരിക്കാൻ നേർത്ത രേഖപോലും ഇല്ലാത്ത ഈ കാലഘട്ടത്തിൽ പ്രാർത്ഥനയുടെ വിഷയം സംബന്ധിച്ച് യേശു പറഞ്ഞ വാക്കുകൾക്ക് വളരെ പ്രസക്തി ഉണ്ട്.

തുടർന്ന് യേശു ജീവിതത്തിൽ അനുവർത്തിക്കേണ്ട സുവർണ്ണ നിയമം പ്രഖ്യാപിക്കുകയാണ്. അത് ചുവടെ ചേർക്കുന്നു. "മനുഷ്യർ നിങ്ങൾക്ക് ചെയ്യേണം എന്ന് നിങ്ങൾ ഇച്ഛിക്കുന്നത് ഒക്കേയും നിങ്ങൾ അവർക്കും ചെയ്‌വിൻ. ന്യായപ്രമാണവും പ്രവാചകന്മാരും ഇതു തന്നെ." (മത്തായി 7:12)

ദൈവം പ്രതീക്ഷിക്കുന്ന സമൂഹത്തെ സംബന്ധിച്ചുള്ള ദർശനമാണ് യേശു ഇവിടെ വ്യക്തമാക്കിയിരിക്കുന്നത്. മദ്ധ്യകാലം മുതൽ ഈ ദർശനം സുവർണ്ണനിയമം എന്നാണ് അറിയപ്പെടുന്നത്. സമൂഹം എങ്ങനെയാണ് വ്യക്തിബന്ധങ്ങളെ നിയന്ത്രിക്കേണ്ടത് എന്നത് വളരെ മനോഹരമായി ഇവിടെ ചിത്രീകരിച്ചിരിക്കുന്നു. ഓരോ വ്യക്തിക്കും അവന്റെ ജീവിതത്തിൽ ലഭിക്കേണ്ട നന്മകളെക്കുറിച്ചുള്ള ബോദ്ധ്യത്തിനനുസരിച്ച് തന്റെ അയൽക്കാരനും ആ സൗഭാഗ്യങ്ങൾ ലഭ്യമാകുന്നതിന് ജീവിതം സമർപ്പിക്കുമ്പോൾ ഭൂമിയിൽ ദൈവരാജ്യം സ്ഥാപിതമാകുക

യാണ്.ഇവിടെ എല്ലാ പ്രവർത്തനങ്ങളേയും കോർത്തിണക്കുന്നത് സ്നേഹത്തിന്റെ മാസ്മരിക ശക്തിയാണ്. സ്നേഹത്തിന്റെ യഥാർത്ഥ കൂട്ടായ്മയായി സമൂഹം മാറുമ്പോൾ ന്യായപ്രമാണത്തിന്റേയും പ്രവാചകന്മാരുടേയും സ്വപ്നങ്ങളും സാക്ഷാൽക്കരിക്കുകയാണ്. ഈ തരത്തിലുള്ള പുതിയ ആകാശവും, പുതിയ ഭൂമിയും ദൈവത്തിന്റെ പ്രതീക്ഷയാണ്. അതോടൊപ്പം മനുഷ്യരാശിയുടെ സ്വപ്നവും. ഈ പ്രതീക്ഷയ്ക്കും സ്വപ്നത്തിനും അനുസരിച്ച് ജീവിതത്തെ ക്രമീകരിക്കുമ്പോൾ മാത്രമാണ് മനുഷ്യന്റെ ജീവിതത്തിന് അർത്ഥം ഉണ്ടാകുന്നത്.

ദൈവം പ്രതീക്ഷിക്കുന്ന തരത്തിലുള്ള സമൂഹസൃഷ്ടി അനായാസം സാദ്ധ്യമല്ല. അത് ഇടുക്കമുള്ള പാതയിലൂടെയുള്ള യാത്രയാണ്. യേശുവിന്റെ വാക്കുകൾ ചുവടെ ചേർക്കുന്നു.

"ഇടുക്കുവാതിലിലൂടെ അകത്ത് കടപ്പിൻ, നാശത്തിലേക്ക് പോകുന്ന വാതിൽ വീതിയുള്ളതും, വഴി വിശാലവും, അതിൽക്കൂടെ കടക്കുന്നവർ അനേകരും ആകുന്നു. ജീവങ്കലേക്ക് പോകുന്ന വാതിൽ ഇടുക്കവും വഴിഞെരുക്കവുമുള്ളത്. അത് കണ്ടെത്തുന്നവർ ചുരുക്കമത്രെ." (മത്തായി 7: 13-14)

മനുഷ്യൻ തെരഞ്ഞെടുക്കുന്ന വഴിയാണ് അവന്റെ ജീവിതത്തെ നിർണ്ണയിക്കുന്നത്. ഇടുക്കമുള്ളതും, വിശാലവും ആയ വഴികൾ ഉണ്ട്. ആസക്തികളുടേയും പ്രലോഭനങ്ങളുടേയും മദ്ധ്യേ ശരിയായ തെരഞ്ഞെടുപ്പ് പ്രയാസമുള്ളതാണ്. ആഗോളീകരണത്തിന്റെ ഈ കാലഘട്ടത്തിൽ വിശാലമായ പാതയിലേക്കുള്ള പ്രലോഭനം വളരെ ശക്തമാണ്. കണ്ണിന് ഇമ്പമുള്ളതും, മനസ്സിന് കുളിർമ്മ പകരുന്നതും, ശോഭനമായ ജീവിതം വാഗ്ദാനം ചെയ്തുകൊണ്ടുമുള്ള വിശാലമായ പാത തെരഞ്ഞെടുക്കാതിരിക്കാൻ സാധാരണ ഗതിയിൽ പ്രയാസമാണ്. എന്നാൽ സമൃദ്ധിയുടെ മദ്ധ്യേയുള്ള ശൂന്യതയും, വരൾച്ചയുമാണ് ആത്യന്തികമായി സംഭവിക്കുന്നതെന്ന് പലപ്പോഴും വിശാലവഴി തെരഞ്ഞെടുക്കുന്നവർ വൈകിമാത്രമാണ് തിരിച്ചറിയുന്നത്. ജീവിതത്തെ ഗൗരവമായി കാണുന്നവർക്ക് വഴിയുടെ തെരഞ്ഞെടുപ്പ് സംഘർഷം നിറഞ്ഞതാണ്. കാരണം ഇടുങ്ങിയ പാതയിൽ ആകർഷകത്വം കുറവാണ്. അത് ഞെരുക്കമുള്ള പാതയാണ്. അത് ക്രൂശിന്റെ പാതയാണ്. എന്നാൽ ഇടുങ്ങിയ വഴി ജീവന്റെ പാതയാണ്. പ്രകാശത്തിന്റേയും പാതയാണ്. ഈ ദർശനം ലഭിച്ചിട്ടുള്ളവർക്ക് തെരഞ്ഞെടുപ്പ് ഒരു പ്രശ്നമേയല്ല. ജീവിതത്തെക്കുറിച്ചുള്ള കാഴ്ചപ്പാടാണ് പ്രധാനമായിട്ടുള്ളത്. വളരെ അനാകർഷകവും പ്രയാസമേറിയതുമായ ഇടുങ്ങിയ വഴിയിലൂടെയുള്ള യാത്രയ്ക്കുവേണ്ടിയുള്ള തെരഞ്ഞെടുപ്പിന് ദൈവത്തിന്റെ ശാന്തമായ ശബ്ദം തിരിച്ചറിയാനുള്ള ഉൾവിളിയും, ദർശനവും ആവശ്യമാണ്. യഥാർത്ഥ സത്യാന്വേഷികൾക്ക് മാത്രമേ അതിന് കഴിയൂ. പക്ഷേ, ദൈവത്തിന്റെ പ്രതീക്ഷ പ്രലോഭനങ്ങൾക്ക് അതീതമായി ചിന്തിക്കുകയും, പ്രവർത്തിക്കുകയും, പ്രതികരിക്കുകയും ചെയ്യുന്ന സത്യാന്വേഷികളായ ശിഷ്യസമൂഹം ആണ്. സ്വാഭാവികമായും അത് ന്യൂനപക്ഷം ആയിരിക്കും. ഈ ഇടുങ്ങിയ പാത യേശു തന്നെയാണ് എന്ന് യേശു വ്യക്തമാക്കിയിട്ടുണ്ട്. ഞാൻ

തന്നെ വഴിയും സത്യവും ജീവനും ആകുന്നു. ഞാൻ മുഖാന്തരമല്ലാതെ ആരും പിതാവിന്റെ അടുക്കൽ എത്തുന്നില്ല. (യോഹ 14:6) എന്ന യേശുവിന്റെ വാക്കുകൾ ശ്രദ്ധിക്കേണ്ടതാണ്. യേശുവിന്റെ വഴി ഇടുക്കമുള്ളത് തന്നെ. യേശു സമൂഹത്തിലെ ദുർബ്ബലജനവിഭാഗത്തോടും, പാർശ്വവല്ക്കരിക്കപ്പെട്ടവരോടും ഐക്യദാർഢ്യം പ്രഖ്യാപിച്ചുകൊണ്ടാണ് ഈ ലോകത്തിൽ ജീവിച്ചത്. യേശു പ്രതീക്ഷിക്കുന്നത് വിശാലമായ പാതയുടെ ആകർഷകത്വം വേണ്ടെന്ന് വെച്ച് അന്യോന്യം കരുതുന്ന ഇടുങ്ങിയ പാതയിലൂടെ സഞ്ചരിക്കുന്ന ഒരു കൂട്ടത്തെയാണ്.

ഇടുങ്ങിയ പാതയിലൂടെയുള്ള യാത്രയിൽ സംഭവിക്കാവുന്ന ഒരു ചതിക്കുഴിയെപ്പറ്റിയാണ് യേശു പിന്നീട് സംസാരിച്ചത്. അത് മറ്റൊന്നുമല്ല, ആദ്ധ്യാത്മികമായ വഞ്ചനയാണ്. വഴി നടത്തുന്നവർ എന്നവകാശപ്പെടുന്ന ആദ്ധ്യാത്മിക നേതാക്കൾ കാപട്യത്തിന്റെ മുഖമുദ്രയണിയുന്നത് വിവേചിച്ചറിയാൻ കഴിഞ്ഞില്ലെങ്കിൽ ഗുരുതരമായ ഭവിഷ്യത്ത് സംഭവിക്കും. യേശുവിന്റെ വാക്കുകൾ ചുവടെ ചേർക്കുന്നു.

> കള്ളപ്രവാചകന്മാരെ സൂക്ഷിച്ചുകൊൾവിൻ. അവർ ആടുകളുടെ വേഷം പൂണ്ട് നിങ്ങളുടെ അടുക്കൽ വരുന്നു. അകമെയോ കടിച്ചു കീറുന്ന ചെന്നായ്ക്കൾ ആകുന്നു. അവരുടെ ഫലങ്ങളാൽ നിങ്ങൾക്ക് അവരെ തിരിച്ചറിയാം. മുള്ളുകളിൽനിന്ന് മുന്തിരിപ്പഴവും ഞെരിഞ്ഞിലുകളിൽ നിന്ന് അത്തിപ്പഴവും പറിക്കുമാറുണ്ടോ? നല്ല വൃക്ഷം ഒക്കേയും നല്ല ഫലം കായ്ക്കുന്നു. ആകാത്ത വൃക്ഷമോ ആകാത്ത ഫലം കായ്ക്കുന്നു. നല്ല വൃക്ഷത്തിന് ആകാത്ത ഫലവും, ആകാത്ത വൃക്ഷത്തിന് നല്ല ഫലവും കായ്പാൻ കഴിയുകയില്ല. നല്ലഫലം കായ്ക്കാത്ത വൃക്ഷം ഒക്കെയും വെട്ടി തീയിൽ ഇടുന്നു. ആകയാൽ അവരുടെ ഫലത്താൽ നിങ്ങൾ അവരെ തിരിച്ചറിയും. എന്നോട് കർത്താവേ കർത്താവേ എന്നു പറയുന്ന ഏവനുമല്ല സ്വർഗ്ഗസ്ഥനായ എന്റെ പിതാവിന്റെ ഇഷ്ടം ചെയ്യു ന്ന വൻ അത്രേ സ്വർഗ്ഗരാജ്യത്തിൽ കടക്കുന്നത്. കർത്താവേ കർ ത്താവേ നിന്റെ നാമത്തിൽ ഞങ്ങൾ പ്രവചിക്കുകയും, നിന്റെ നാമ ത്തിൽ ഭൂതങ്ങളെ പുറത്താക്കുകയും നിന്റെ നാമത്തിൽ വളരെ വീര്യ പ്രവൃത്തികൾ പ്രവർത്തിക്കുകയും ചെയ്തില്ലയോയെന്ന് പലരും ആ നാളിൽ എന്നോട് പറയും. അന്ന് ഞാൻ അവരോട് ഞാൻ ഒരു നാളും നിങ്ങളെ അറിഞ്ഞിട്ടില്ല അധർമ്മം പ്രവർത്തിക്കുന്ന വരെ എന്നെ വിട്ടുപോകുവിൻ എന്ന് തീർത്ത് പറയും. (മത്തായി 7: 15–23).

വ്യാജ ആദ്ധ്യാത്മിക നേതാക്കളെ തിരിച്ചറിയുന്നതിന് യേശു നിർദ്ദേശിച്ച മാർഗ്ഗം എല്ലാക്കാലത്തും പ്രസക്തമാണ്. ഒരു വ്യക്തി പുറപ്പെടുവിക്കുന്ന ഫലത്താൽ മാത്രമേ ആ വ്യക്തിയെ തിരിച്ചറിയാൻ കഴിയുകയുള്ളൂ എന്ന് യേശു പഠിപ്പിച്ചു. ഒരു ആദ്ധ്യാത്മിക നേതാവിനും വളരെക്കാലം മറ്റുള്ളവരെ കബളിപ്പിക്കാൻ കഴിയുകയില്ല. ആടുകളുടെ വേഷം ധരിച്ചുകൊണ്ട് ചെന്നായ്ക്കളുടെ മനസ്സുമായി സമീപിക്കുന്ന കപട ആദ്ധ്യാത്മിക നേതൃത്വത്തിൽനിന്നും ഒരിക്കലും നിലനില്ക്കുന്ന

ഫലം ലഭിക്കുകയില്ല. അവർ ഏതെങ്കിലും ഒരു സന്ദർഭത്തിൽ അവരുടെ ശരിയായ സ്വരൂപം വെളിപ്പെടുത്തും. ആകാത്ത വൃക്ഷത്തിന് ഒരിക്കലും നല്ല ഫലം കായ്ക്കാൻ കഴിയുകയില്ലല്ലോ.

തുടർന്നുള്ള യേശുവിന്റെ വാക്കുകൾ ഭയത്തോടെ ചിന്തിക്കേണ്ടതാണ്. സ്വർഗ്ഗരാജ്യത്തിൽ പ്രവേശിക്കുന്നതിന്റെ മാനദണ്ഡം ദൈവത്തിന്റെ ഇഷ്ടം ചെയ്യുക എന്നത് മാത്രമാണ് എന്ന് യേശു വളരെ ശക്തമായി വ്യക്തമാക്കി. ദൈവത്തിന്റെ മനസ്സ് അറിഞ്ഞ് ദൈവത്തിന്റെ ആഗ്രഹപ്രകാരം സ്നേഹത്തിന്റെ ആത്മാവുമായി ജീവിക്കുകയും പ്രവർത്തിക്കുകയും ചെയ്യുന്നവർക്ക് മാത്രമാണ് സ്വർഗ്ഗരാജ്യ പ്രാപ്തി. അത് ഇടുക്കമുള്ള വഴിയാണ്. അത് കരുണയുടെ മാർഗ്ഗമാണ്. ദൈവത്തിന്റെ നാമത്തിൽ പ്രവചിക്കുകയും, ഭൂതങ്ങളെ പുറത്താക്കുകയും, വളരെ വീര്യപ്രവൃത്തികൾ പ്രവർത്തിക്കുകയും ചെയ്തിട്ടുള്ളവർ അത് ഓർമ്മിപ്പിച്ചുകൊണ്ട് സ്വർഗ്ഗരാജ്യ പ്രാപ്തിക്കായി അപേക്ഷിക്കുമെങ്കിലും ദൈവത്തിന്റെ മറുപടി അവരെ അറിയുന്നില്ലാ എന്നതായിരിക്കും. മാത്രമല്ല അവരെ അധർമ്മം പ്രവർത്തിച്ചവരായിട്ടുമാണ് ദൈവം വീക്ഷിക്കുന്നത്. ദൈവത്തെ വിട്ടുപോകുവിൻ എന്ന് തീർത്തും പറയും എന്ന് യേശു അർത്ഥശങ്കയ്ക്കിടയില്ലാതെ വ്യക്തമാക്കുന്നത് ഗൗരവത്തോടെ കാണേണ്ടതാണ്. യഥാർത്ഥ ആദ്ധ്യാത്മികത എന്താണെന്ന് ഇവിടെ വരികൾക്കിടയിലൂടെ ഗ്രഹിക്കുന്നതിന് കഴിയും.

യേശു പ്രതീക്ഷിക്കുന്ന സമൂഹസൃഷ്ടിയിൽ ഏറ്റവും പ്രധാനം ദുർബ്ബല ജനങ്ങളെ ഉൾക്കൊണ്ടുകൊണ്ട് ദൈവത്തെ അനുസരിക്കുന്ന ജനതയാണ്. യേശുവിന്റെ വാക്കുകളെ പൂർണ്ണമായും വിശ്വസിക്കുകയും അതിന്റെ അന്ത:സത്ത ഉൾക്കൊണ്ട് അനുസരിക്കുകയും ചെയ്യുമ്പോൾ മാത്രമേ സ്നേഹത്തിൽ അധിഷ്ഠിതമായ ദൈവരാജ്യം ഭൂമിയിൽ സാദ്ധ്യമാകുകയുള്ളൂ. യേശുവിന്റെ വാക്കുകൾ ചുവടെ ചേർക്കുന്നു.

> ആകയാൽ എന്റെ ഈ വചനങ്ങളെ കേട്ട് ചെയ്യുന്നവൻ ഒക്കെയും പാറമേൽ വീടുപണിത ബുദ്ധിയുള്ള മനുഷ്യനോട് തുല്യനാകുന്നു. വൻമഴ ചൊരിഞ്ഞു, നദികൾ പൊങ്ങി, കാറ്റ് അടിച്ചു. ആ വീടിന്മേൽ അലച്ചു. അതു പാറമേൽ അടിസ്ഥാനമുള്ളതാകയാൽ വീണില്ല. എന്റെ ഈ വചനങ്ങളെ കേട്ട് ചെയ്യാത്തവൻ ഒക്കെയും മണലിന്മേൽ വീട് പണിത മനുഷ്യനോട് തുല്യനാകുന്നു. വന്മഴ ചൊരിഞ്ഞു. നദികൾ പൊങ്ങി. കാറ്റ് അടിച്ചു. ആ വീടിന്മേൽ അലച്ചു. അത് വീണു. അതിന്റെ വീഴ്ച വലിയതായിരുന്നു. (*മത്തായി* 7:24- 27)

ഗിരിപ്രഭാഷണത്തിന്റെ അവസാനഭാഗത്ത് യേശു വരച്ചു കാട്ടുന്ന ബിംബങ്ങൾ ചിന്തനീയമാണ്. ഗിരിപ്രഭാഷണത്തിന്റെ ദർശനം ഉൾക്കൊണ്ടുകൊണ്ട് ജീവിതത്തെ ക്രമീകരിച്ച്, ലഭിച്ച വെളിച്ചത്തിന് അനുസരിച്ച് ജീവിതം മുന്നോട്ട് നയിക്കുവാൻ എടുക്കുന്ന തീരുമാനങ്ങളും അതനുസരിച്ചുള്ള പ്രവർത്തനങ്ങളും ക്രിസ്തു എന്ന പാറമേൽ വീടുപണിത ബുദ്ധിയുള്ള മനുഷ്യന് തുല്യമാണ്. വിനയം, ആന്തരിക വിശുദ്ധി, സ്നേ

ഹത്തിന്റെ ദർശനം, ശത്രുവിനോടുള്ള മനോഭാവം, യഥാർത്ഥനീതിക്ക് വേണ്ടിയുള്ള സമർപ്പണം, സൗമ്യത, ശാന്തത, നീതിക്ക് വേണ്ടിയുള്ള ദാഹം, തീക്ഷ്ണമായ സമാധാനതൃഷ്ണ, ദൈവത്തിലുള്ള പൂർണ്ണ ആശ്രയത്വവും വിധേയത്വവും, ശരിയായ വഴി തെരഞ്ഞെടുക്കൽ, വിധിക്കുന്നതിന്റെ പിന്നിലുള്ള നീതിശാസ്ത്രം, സുവർണ്ണനിയമം തുടങ്ങി ഗിരിപ്രഭാഷണം നല്കുന്ന ദർശനം അതുല്യമാണ്. ഈ ദർശനങ്ങളെ ഉൾക്കൊണ്ടുകൊണ്ട് പ്രവർത്തിക്കുമ്പോൾ ദൈവം പ്രതീക്ഷിക്കുന്ന സമൂഹം സൃഷ്ടിക്കാനാകും. ആ സമൂഹത്തിന്റെ ചാലകശക്തി സ്നേഹമായിരിക്കും. ദുർബ്ബലരും അശരണരും ആലംബഹീനരും സനാഥരായി തീരുന്ന സമൂഹമാണത്. തീർച്ചയായും ഈ സമൂഹം സത്യമെന്ന പാറമേൽ പണിയപ്പെട്ട വീട് ആയിരിക്കും. ഈ സമൂഹത്തിന്റെ കേന്ദ്രസ്ഥാനം ദൈവമാണ്. ദൈവത്തിൽ പൂർണ്ണമായി ആശ്രയിക്കുന്ന ഈ സമൂഹത്തിന്റെ നിക്ഷേപവും, ഹൃദയവും ദൈവം തന്നെയായിരിക്കും പ്രശ്നങ്ങൾ ഉണ്ടാകുന്നില്ല എന്നല്ല ഉണ്ടാകുന്ന പ്രശ്നങ്ങൾ, പാറമേൽ പണിത ഭവനമാകയാൽ ലവലേശം ബാധിക്കുകയില്ല. വന്മഴയിലും കാറ്റിലും അത് വീണുപോകുകയുമില്ല.

ഗിരിപ്രഭാഷണത്തിന്റെ പരിസമാപ്തി ഉജ്ജ്വലമായിരുന്നു. “ഈ വചനങ്ങളെ യേശു പറഞ്ഞുതീർന്നപ്പോൾ പുരുഷാരം അവന്റെ ഉപദേശത്തിൽ വിസ്മയിച്ചു. അവരുടെ ശാസ്ത്രിമാരെപ്പോലെ അല്ല, അധികാരമുള്ളവനായിട്ടത്രെ അവൻ അവരോട് ഉപദേശിച്ചത്.” (മത്തായി 7:28–29) എന്ന് രേഖപ്പെടുത്തിയിരിക്കുന്നു.

പുരുഷാരത്തിന്റെ പ്രതികരണം ശ്രദ്ധേയമാണ്. അവർ യേശുവിന്റെ ഉപദേശത്തിൽ വിസ്മയിച്ചു. അത് അവർ അതുവരെ ശ്രവിച്ചിരുന്ന ശാസ്ത്രിമാരുടെ ഉപദേശങ്ങളിൽനിന്നും വ്യത്യസ്തമായിരുന്നു. യേശുവിന്റെ സ്വരത്തിൽ ആധികാരികത ഉണ്ടായിരുന്നു. യേശു അധികാരമുള്ളവനായിട്ടാണ് പ്രഭാഷണം നടത്തിയത്. ഇവിടെ നാം ദർശിക്കുന്ന ആധികാരികതയ്ക്ക് കാരണം എന്താണ്? ഇത് ഗൗരവമായി പരിശോധിക്കേണ്ട വസ്തുതയാണ്. യേശുവിന്റെ ജീവിതവും, ഉപദേശവും തമ്മിൽ വ്യത്യാസമില്ലായിരുന്നു. അവ പൂർണ്ണമായി സമഞ്ജസമായി ചേർന്നിരുന്നു. യേശുവിന് ആധികാരികമായി സംസാരിക്കാൻ കഴിഞ്ഞതിന്റെ കാരണം അതായിരുന്നു. യേശുവിന്റെ ജീവിതത്തിൽ ഉടനീളം നമുക്ക് ഈ ആധികാരികത ദർശിക്കാനാകും. യേശു സത്യം തന്നെയായിരുന്നു. സത്യത്തിന് എപ്പോഴും ആധികാരികത ഉണ്ട്. അതുകൊണ്ടാണ് ഗിരിപ്രഭാഷണം ജനങ്ങളെ വിസ്മയിപ്പിച്ചത്. ഇന്നും ലോക മന:സാക്ഷിയോട് ഗിരിപ്രഭാഷണം സംവേദനം ചെയ്യുന്നതിന്റെ കാരണവും മറ്റൊന്നല്ല. അത് മനുഷ്യനെക്കുറിച്ചുള്ള ദൈവത്തിന്റെ സ്വപ്നവും, പ്രതീക്ഷയുമാണ്. നീതിയും, സമാധാനവും പരസ്പരം ആശ്ലേഷിക്കുന്ന സ്നേഹത്തിൽ അധിഷ്ഠിതമായ ഒരു സാമൂഹ്യവ്യവസ്ഥിതി ഗിരിപ്രഭാഷണത്തിന്റെ കേന്ദ്രദർശനമാണ്. അത് അതിരുകൾ ഇല്ലാത്ത ലോകത്തെ കുറിച്ചുള്ള ദർശനമാണ്. യേശുവിന്റെ മനസ്സ് പൂർണ്ണമായി ചിത്രീകരിക്കുന്ന ഗിരിപ്രഭാഷണം മാനവരാശിക്ക് ഇന്നും പ്രചോദനവും പ്രതീക്ഷയും, വിസ്മയവും ആണ്.

9 789387 842632

Printed by Libri Plureos GmbH in Hamburg,
Germany